चला जाणून घेऊ या!

उच्च रक्तदाब

संपादन
डॉ. सावित्री रामय्या

अनुवाद
मुग्धा गोखले

AF100219

मेहता पब्लिशिंग हाऊस

All You Wanted To Know About **Hypertension**
Edited by Dr. Savitri Ramaiah
© 1999, Sterling Publishers Pvt. Ltd.
Originally Published by Sterling Publishers Pvt. Ltd., New Delhi.
Translated into Marathi Language by Mugdha Gokhale

चला जाणून घेऊ या! उच्च रक्तदाब

अनुवाद : मुग्धा गोखले, डी-३, कलाकुंज सोसायटी, लेन नं.६, डहाणूकर कॉलनी, कोथरूड, पुणे - ४११ ०२९

मराठी अनुवाद व प्रकाशनाचे हक्क : मेहता पब्लिशिंग हाऊस, पुणे.

प्रकाशक : सुनील अनिल मेहता, मेहता पब्लिशिंग हाऊस, १९४१, सदाशिव पेठ, माडीवाले कॉलनी, पुणे - ४११ ०३०

अक्षरजुळणी : इफेक्ट्स, २१/६ब आयडियल कॉलनी, कोथरूड, पुणे - ४११०३८

मुखपृष्ठ : मेहता पब्लिशिंग हाऊस, पुणे

प्रकाशनकाल : ऑगस्ट, २०१० / पुनर्मुद्रण : सप्टेंबर, २०१३

ISBN 978-81-8498-149-0

या विषयावरील माहिती ‘सोसायटी फॉर हेल्थ एज्युकेशन अ‍ॅन्ड लर्निंग पॅकेजेस’ यांच्या ‘हेल्थ अपडेट’ या मासिकाच्या आधारे मिळविण्यात आली आहे. या मासिकाची दोन उद्दिष्टे आहेत :

१) प्रतिबंधात्मक उपायांसाठी तुम्हाला आवश्यक ते ज्ञान देणे.

२) आजारपणाच्या काळात उपचारांचा योग्य तो परिणाम साधण्याच्या दृष्टीने डॉक्टरांना सहकार्य करण्यासाठी तुम्हाला तयार करणे.

या पुस्तकातील माहितीसाठी खालील तज्ज्ञ डॉक्टरांनी सहकार्य केले आहे.

ॲलोपॅथी

डॉ. एस. राममूर्ती (असिस्टंट प्रोफेसर, कार्डिऑलॉजी विभाग, ऑल इंडिया इन्स्टिट्यूट ऑफ मेडिकल सायन्सेस, नवी दिल्ली.)

आयुर्वेद

डॉ. रजनी सुषमा (सीनियर लेक्चरर, ए अ‍ॅन्ड यू टिबिया कॉलेज, नवी दिल्ली.)

होमिओपॅथी

डॉ. व्ही. के. खन्ना (प्रिन्सिपॉल, नेहरू मेमोरियल होमिओपॅथिक कॉलेज, नवी दिल्ली.)

निसर्गोपचार

डॉ. राव (चीफ मेडिकल ऑफिसर, इन्स्टिट्यूट ऑफ नेचरोपॅथी, बंगळुरू.)

पूर्वावलोकन

'चला जाणून घेऊ या' या मालिकेतील हे पुस्तक आहे. ही मालिका 'हेल्थ अपडेट' या मासिकाने तयार केली आहे. आरोग्याविषयीचे नवनवीन दृष्टिकोन उलगडून दाखवणाऱ्या तज्ज्ञांचे सहकार्य या मालिकेला लाभले आहे.

या मालिकेतील प्रत्येक पुस्तक विशिष्ट आरोग्यविषयक प्रश्नांबाबतचे तुमचे आकलन वाढवते. ॲलोपॅथी, ॲक्युपंक्चर, आयुर्वेद, होमिओपॅथी, निसर्गोपचार आणि युनानी यांसारख्या आरोग्याविषयीच्या विविध दृष्टिकोनांची निवड करण्याची संधी तुम्हाला याद्वारे मिळत आहे.

या पुस्तकाने घरगुती सल्लागाराची भूमिका बजावावी, असा हेतू आहे. हे पुस्तक डॉक्टरांना पर्याय नाही.

या पुस्तकातील मते ही त्या विषयातील तज्ज्ञांची असून त्यांची जबाबदारी प्रकाशकावर राहणार नाही.

प्रस्तावना

आरोग्याच्या दृष्टीने अगदी सर्वोत्तम काळात उच्च रक्तदाबाची व्याधी नकळत जडते. ती कळत नाही, कारण तिथे बाह्य लक्षणांचा अभाव असतो. मानसिक ताणतणाव, मिठाचे अतिरिक्त सेवन, धमन्यांच्या भिंती जाड होणे व कडक होणे, मूत्रपिंडात पाणी व क्षार यांचा अतिरिक्त संचय होणे, लठ्ठपणा ही उच्च रक्तदाबाची काही कारणे आहेत.

अगदी सौम्य स्वरूपाचा उच्च रक्तदाबदेखील धोकादायक ठरू शकतो. जीवनशैलीत बदल करून व योग्य ती औषधे घेऊन तुम्ही उच्च रक्तदाबावर नियंत्रण मिळवू शकता. उच्च रक्तदाब नियंत्रणात ठेवण्यासाठी मधुमेह, रक्तातील कोलेस्टेरॉलची पातळी यांवर नियंत्रण ठेवणे आणि धूम्रपान न करणे आवश्यक असते. आहारातील मिठाचा अतिरिक्त वापरही कमी करावा. आहारात मिठाचा वापर कमी केल्याने जवळजवळ साठ टक्के रक्तदाब-रुग्णांना खूप फायदा होतो.

अनुक्रमणिका

ॲलोपॅथी

सातत्याने असणाऱ्या उच्च रक्तदाबाला 'हायपरटेन्शन' (Hypertension) अशी संज्ञा आहे. उच्च रक्तदाब हा विकार क्वचित वेळेस मृत्यूस कारणीभूत ठरू शकतो. परंतु जर त्यावर उपचार झाले नाहीत, तर त्यामुळे अनेक गुंतागुंतीच्या गंभीर समस्या निर्माण होऊ शकतात. तातडीने केलेल्या योग्य उपचारांमुळे अशा गंभीर समस्या निर्माण होणे टाळता येते.

रक्तदाब म्हणजे काय?

हृदयाच्या प्रत्येक ठोक्याच्या वेळी हृदयातून रक्त बाहेर फेकले जाते. हे रक्त रोहिणी, केशवाहिनी आणि नीला या तीन प्रकारच्या रक्तवाहिन्यांमधून वाहते आणि विविध अवयवांकडून पुन्हा हृदयाकडे आणले जाते. रक्तप्रवाह ज्या दाबाने (Pressure) वाहतो, त्या दाबास 'रक्तदाब' (blood Pressure) असे म्हणतात. डॉक्टर जेव्हा तुमच्या रक्तदाबाबद्दल बोलतात किंवा माहिती देतात, तेव्हा त्यांना रोहिणी (Artery) या प्रकारच्या रक्तवाहिनीतून वाहणाऱ्या रक्ताच्या दाबाबद्दल माहिती द्यावयाची असते.

रक्तदाबाचे मोजमाप दोन आकड्यांमध्ये दर्शविले जाते.

१) सिस्टॉलिक (Systolic) :

जेव्हा हृदयाचे आकुंचन होऊन रक्त हृदयाबाहेर फेकले जाते, तेव्हा रोहिण्यांमधील दाब सर्वाधिक (maximum) असतो. ह्या दाबास 'सिस्टॉलिक दाब' असे म्हणतात. अशा वेळी प्रमुख रोहिण्यांच्या लवचीक भिंती थोड्या ताणल्या जातात.

२) डायस्टॉलिक (Diastolic) :

जेव्हा शरीराच्या विविध अवयवांकडून आलेले रक्त सामावून

घेण्यासाठी हृदय प्रसरण पावते, तेव्हा रोहिण्यांमधील दाब सर्वांत कमी (minimum) असतो. अशा वेळी मोठ्या रोहिण्यांच्या लवचीक भिंती मूळ स्थितीत येतात. त्यामुळे रोहिण्यांच्या लहान-लहान शाखांकडून (Arterioles) अवरोध होऊनही रक्त पुढे ढकलले जाते.

रक्तदाब कसा मोजतात?

स्फिग्मोमॅनोमीटर (Sphygmomanometer) या यंत्राच्या साहाय्याने दंडातील रोहिणीमधील (Artery) रक्ताचा दाब मोजला जातो. हा दाब म्हणजेच तुमचा रक्तदाब होय. स्फिग्मोमॅनोमीटर या यंत्रात पाऱ्याचा (mercury) स्तंभ असतो. या स्तंभावर मिलिमीटर्सच्या (mm) खुणा करून आकडे दिलेले असतात. तुमचा रक्तदाब पाऱ्याच्या स्तंभावरील मिलिमीटर्सच्या आकड्यांद्वारे (mm of Hg) दर्शविला जातो. आधुनिक स्फिग्मोमॅनोमीटर्समध्ये (निर्द्रव आणि डिजिटल सोयींनी युक्त) पाऱ्याचा स्तंभ नसतो. तरीही ही यंत्रे मिलिमीटर्सच्याच आकड्यांमध्ये रक्तदाब दर्शवितात. या आकड्यांची अचूकता तपासण्यासठी पाऱ्याचा स्तंभ असलेल्या स्फिग्मोमॅनोमीटर्सच्या साहाय्याने पुन्हा तपासणी करणे महत्त्वाचे असते.

स्फिग्मोमॅनोमीटरला दंडाभोवती घट्ट गुंडाळण्याचा एक पट्टा जोडलेला असतो. या पट्ट्याला हवा भरावयाचा एक छोटा पंप जोडलेला असतो. हा पट्टा दंडाभोवती घट्ट गुंडाळून डॉक्टर त्यात हवा भरतात. त्यामुळे दंडाच्या स्नायूंवर तसेच दंडातील रोहिणीभोवतालच्या मांसावर दाब (Pressure) येतो. दंडातील रोहिणावर दाब येऊन रक्तप्रवाह थांबतो. नंतर दंडाभोवतीच्या पट्ट्यातील हवा हळूहळू काढून घेतली

मी तंदुरुस्त होईन याची मला खात्री आहे;
परंतु आधी मला सांगा, उच्च रक्तदाब म्हणजे काय?

जाते. त्यामुळे रोहिणीवरील दाब कमी होऊ लागतो. रोहिणीतील थांबलेला रक्तप्रवाह एकदम वेगाने वाहू लागतो. या रक्ताच्या विशिष्ट वेगाचा आवाज डॉक्टरांना स्टेथस्कोपमधून (Stethoscope) ऐकू येतो. ज्या क्षणी हा रक्ताचा प्रवाह सुरू होतो, त्या क्षणी स्फिग्मोमॅनोमीटर जे आकडे दर्शवितो, ते आकडे म्हणजे तुमचा सिस्टॉलिक रक्तदाब होय. रक्तदाबाचे आकडे नेहमी सिस्टॉलिक दाब/ डायस्टॉलिक दाब ह्या पद्धतीने दर्शविले जातात. तुमचा रक्तदाब १२०/८० आहे, असे जेव्हा डॉक्टर सांगतात तेव्हा त्याचा अर्थ तुमचा सिस्टॉलिक दाब १२० मिमी. इतका आहे, तर डायस्टॉलिक दाब ८० मिमी. इतका आहे.

रक्तदाब मोजण्याविषयी मार्गदर्शक सूचना

रक्तदाब मोजण्याविषयी खालील मार्गदर्शक सूचना महत्त्वाच्या आहेत :

- कमीत कमी पाच मिनिटे स्वस्थपणे बसल्यानंतर रक्तदाब मोजणे सर्वोत्तम ठरते.
- तणावाखालील व्यक्तींच्या बाबतीत तीन मिनिटांच्या अंतराने दोन वेळा रक्तदाब मोजणे योग्य ठरते.
- कॉफी प्यायल्यानंतर किंवा जेवणानंतर रक्तदाब मोजावयाचा असल्यास तो कमीत कमी एका तासानंतर मोजावा.
- धूम्रपान केल्यानंतर पंधरा मिनिटांच्या आत रक्तदाब मोजू नये.

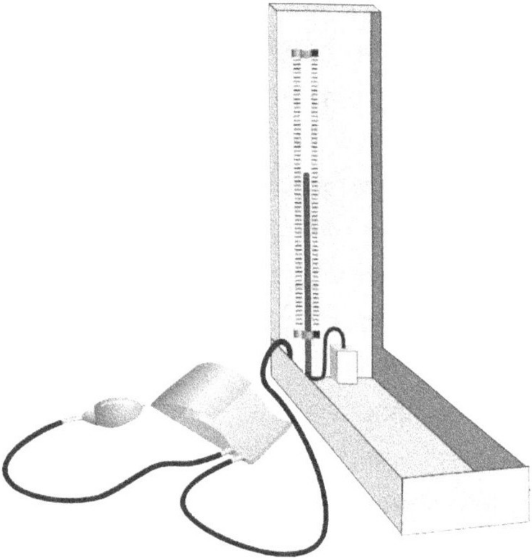

सामान्यतः योग्य रक्तदाब कशास म्हणावे?

प्रौढ व्यक्तींबाबत ९० ते १४० मिमी इतका सिस्टॉलिक दाब आणि ६० ते ९० मिमी इतका डायस्टॉलिक दाब सामान्यतः योग्य समजला जातो.

रक्तदाबाचे आकडे आयुष्यभर सतत स्थिर नसतात. जन्माच्या वेळेस रक्तदाबाचे आकडे कमी असतात आणि वाढत्या वयानुसार हळूहळू वाढतात. साधारण सोळा ते अठरा वर्षांपर्यंत रक्तदाब प्रौढ व्यक्तींसाठी योग्य रक्तदाबाइतका होतो. वयाच्या साठीनंतर हा रक्तदाब वाढू शकतो.

हे लक्षात ठेवणे महत्त्वाचे आहे की, रक्तदाब वेळोवेळी बदलत राहतो. अगदी एका दिवसातही वेगवेगळ्या वेळांना रक्तदाब वेगवेगळा असू शकतो आणि प्रामुख्याने सिस्टॉलिक रक्तदाबात हे बदल आढळून येतात. पहाटेच्या वेळी रक्तदाब कमी असतो आणि संध्याकाळी अधिक असतो. शारीरिक व्यायामामुळे आणि भावनिक तणावामुळे रक्तदाब वाढतो.

रक्तदाबामध्ये अचानक घडून येणारे बदल आपोआप कसे सुरळीत होतात?

मेंदूमधील 'व्हॅसोमोटर' हे केंद्र (मेंदूतील विशिष्ट मज्जापेशींचा गट) तुमच्या रक्तदाबात अचानक होणारे बदल सुरळीत करते. ही क्रिया तुमच्या नकळत होते. पेरिफेरल रेझिस्टन्स आणि/किंवा कार्डिॲक आऊटपुट यांच्यातील समतोलामुळे हे बदल सुरळीत होतात. कार्डिॲक आऊटपुट म्हणजे दर मिनिटाला हृदयाकडून फेकल्या जाणाऱ्या रक्ताचे आकारमान होय. साधारणत: ह्याचे प्रमाण पाच लिटर इतके असते. संपूर्ण रक्तवाहिन्यांतून वाहणाऱ्या रक्ताला रोहिण्यांच्या उपशाखांकडून अवरोध केला जातो. हा अवरोध म्हणजे 'पेरिफेरल रेझिस्टन्स' होय. कार्डिॲक आऊटपुट आणि पेरिफेरल रेझिस्टन्स यांपैकी कोणत्याही एका घटकातील बदल रक्तदाबात बदल घडवू शकतो. कारण रक्तदाब हा या दोन घटकांचा एकत्रित परिणाम असतो.

ज्या वेळी रक्तदाब वाढतो, त्या वेळी रोहिणी आणि तिच्या छोट्या-छोट्या शाखांना मेंदूतील व्हॅसोमोटर केंद्र शिथिलीकरणाचा संदेश पाठविते. त्यामुळे पेरिफेरल रोध कमी होतो आणि रक्तदाब सामान्य होतो. त्याचप्रमाणे जेव्हा रक्तदाब कमी होतो, तेव्हा मेंदूतील

व्हॅसोमोटर केंद्र रोहिणी व तिच्या छोट्या-छोट्या शाखांना आकुंचन पावण्याचा संदेश पाठविते. त्यामुळे पेरिफेरल रोध वाढतो. हृदयास अधिक कृतिशील बनवून व्हॅसोमोटर केंद्र कार्डिअॅक आऊटपुटही वाढविते. वाढलेला पेरिफेरल रोध आणि वाढलेला कार्डिअॅक आऊटपुट यांचा एकत्रित परिणाम म्हणजेच रक्तदाब वाढणे होय. अशा प्रकारे रक्तदाब वाढून सामान्य पातळी गाठतो. रक्तदाबातील अचानक झालेल्या बदलांना सुरळीत करण्याची शरीराची कार्यपद्धती आकृती क्र. १मध्ये दर्शविली आहे.

आ. १ – सामान्यतः रक्तदाब नियंत्रित करण्याची शरीराची कार्यपद्धती. (चक्कर येणे, अतिरिक्त रक्तस्त्राव, तीव्र संसर्ग इत्यादी)

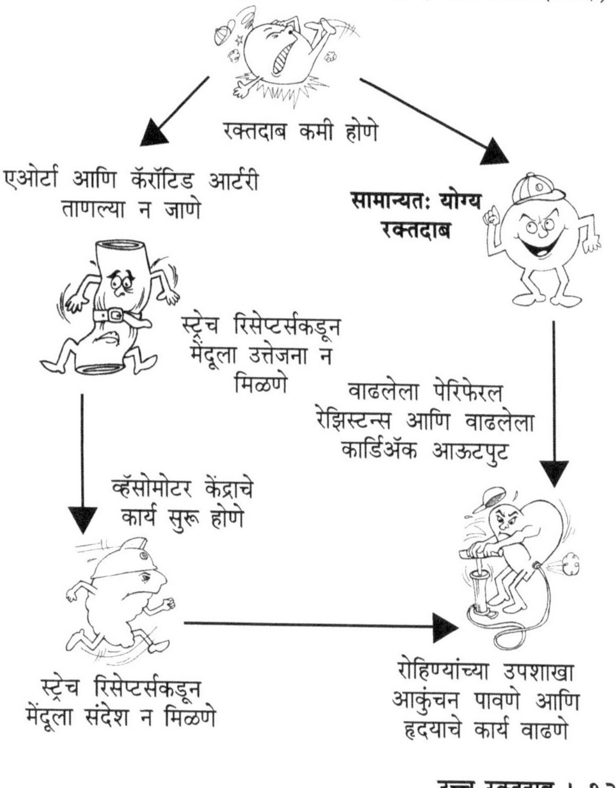

रक्तदाब नियंत्रित करण्याची शरीराची कार्यपद्धती

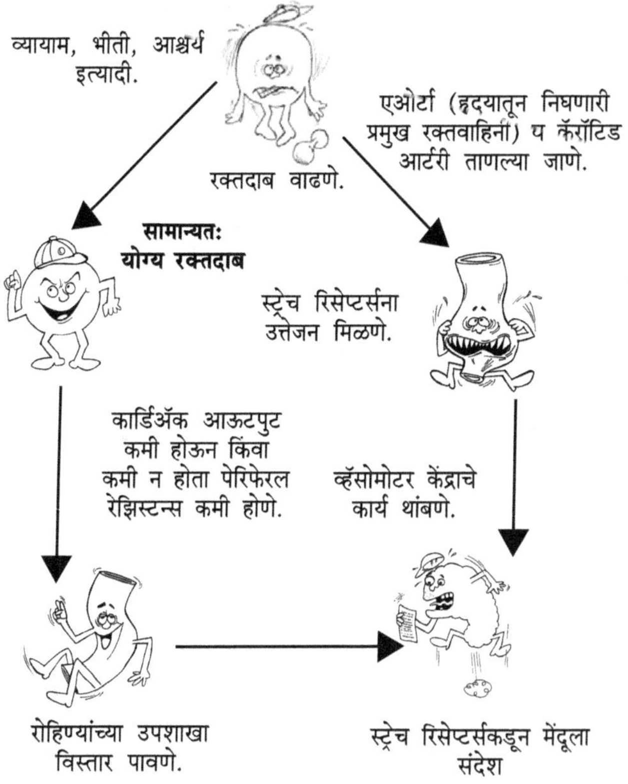

उच्च रक्तदाब म्हणजे नक्की काय?

प्रौढ व्यक्तींबाबत खालील परिस्थितीत उच्च रक्तदाब आहे, असे समजावे.

- सातत्याने १४० मिमी. पेक्षा जास्त असणारा सिस्टॉलिक रक्तदाब किंवा
- सातत्याने ९० मिमी. पेक्षा जास्त असणारा डायस्टॉलिक रक्तदाब.

अगदी आता-आतापर्यंत १६० मिमी. पेक्षा अधिक सिस्टॉलिक रक्तदाब असणाऱ्या व्यक्तींना उच्च रक्तदाब आहे, असे समजले जात असे, परंतु आता वर्ल्ड हेल्थ ऑर्गनायझेशनच्या (World Health Organization) सल्ल्यानुसार सातत्याने १४० ते १६० मिमी. यांमधल्या सिस्टॉलिक रक्तदाबासही उच्च रक्तदाब समजले जाते.

उच्च रक्तदाबाची तीव्रता डायस्टॉलिक रक्तदाबाच्या आधारे ठरविली जाते. याबाबतची माहिती आकृती क्र. २मध्ये दर्शविली आहे.

जेव्हा डायस्टॉलिक दाब सामान्यतः योग्य असतो आणि सिस्टॉलिक दाब १४० मिमी. पेक्षा जास्त असतो, तेव्हा फक्त सिस्टॉलिक उच्च रक्तदाब आहे, असे म्हटले जाते.

जर तुमचा रक्तदाब कधीतरीच सामान्यतः योग्य अशा पातळीवर

आकृती क्र. २. उच्च रक्तदाबाचे वर्गीकरण

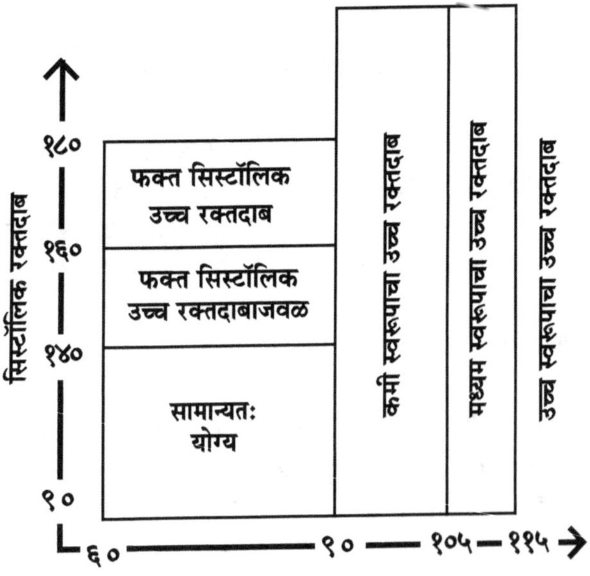

असेल आणि एरवी खूप जास्त असेल, तर तुम्हाला अस्थिर स्वरूपाचा रक्तदाब असण्याची शक्यता असते. हे निश्चित करण्यासाठी डॉक्टरांना तुमचा रक्तदाब वारंवार तपासून त्याची नोंद करण्याची गरज असते. अशा परिस्थितीत डॉक्टरांना सहकार्य करणे आणि नियमित तपासणीला जाणे अत्यंत महत्त्वाचे ठरते.

उच्च रक्तदाबाचे प्रमाण समाजात किती आहे?

शहरी विभागातील वीस ते तीस टक्के प्रौढ व्यक्तींना आणि ग्रामीण विभागातील दहा ते पंधरा टक्के प्रौढ व्यक्तींना उच्च रक्तदाबाचा विकार संभवतो. १४०/९० मिमी.पेक्षा जास्त रक्तदाब असणाऱ्या व्यक्तींना उच्च रक्तदाबाचा विकार आहे, असे समजले जाते. त्यानुसार हा निष्कर्ष काढण्यात आला आहे.

साधारणत: वयाच्या पस्तीस ते पंचावन्न या काळात उच्च रक्तदाबाचा विकार जडू शकतो. हा विकार जडण्याचा धोका स्त्री व पुरुष दोघांनाही सारख्याच प्रमाणात असतो. उच्च रक्तदाबामुळे निर्माण होणाऱ्या इतर गुंतागुंतीच्या समस्या स्त्रियांपेक्षा पुरुषांमध्येच अधिक प्रमाणात आढळून येतात.

उच्च रक्तदाबाची कारणे कोणती आहेत?

कार्डिॲक आऊटपुट आणि पेरिफेरल रोध यांपैकी एका किंवा दोन्ही घटकांत होणारी वाढ उच्च रक्तदाबास कारणीभूत ठरते. बऱ्याच व्यक्तींबाबत उच्च रक्तदाबाचा विकार जडण्याचे नेमके कारण कळून येत नाही. कारण कळून न येणाऱ्या अशा उच्च रक्तदाबास 'प्राथमिक उच्च रक्तदाब' (Primary Hypertension) असे म्हणतात. प्राथमिक उच्च रक्तदाबाच्या कारणांमध्ये पुढील गोष्टींचा समावेश होतो :

● ताणतणाव :

ताणतणावांमुळे मेंदूला चालना मिळते. त्यामुळे मेंदूतून कॅटेकोलामाइन्स नावाची संप्रेरके मोठ्या प्रमाणात स्रवली जातात. या संप्रेरकांचे पुढील परिणाम दिसून येतात–

- कार्डिॲक आऊटपुटमध्ये वाढ होते.
- पेरिफेरल रोध वाढतो.
- मूत्रपिंडाद्वारे बाहेर उत्सर्जित होणारे पाणी व क्षार यांच्या प्रमाणात घट होते.
- रक्तवाहिन्यांच्या भिंती अधिक जाड (thick) बनतात.

याचा परिणाम म्हणजेच रक्तदाब वाढणे होय.

● आहारात मिठाचे प्रमाण अधिक असणे :

अधिक मिठामुळे रक्ताचे आकारमान वाढते आणि परिणामी कार्डिॲक आऊटपुट वाढतो. त्याचप्रमाणे मीठ अधिक प्रमाणात खाल्ल्यास अप्रत्यक्षपणे कॅटेकोलामाइन्स या गटातील संप्रेरके अधिक प्रमाणात स्रवतात.

● रोहिण्या व तिच्या छोट्या-छोट्या शाखा यांच्या भिंती जाड व कडक होणे :

रक्तवाहिन्यांमधील हे बदल आनुवंशिक कारणांमुळेही होऊ शकतात. वृद्धत्व, मधुमेह, रक्तातील कोलेस्टेरॉलची (Cholesterol) उच्च पातळी, धूम्रपानाची सवय या सर्व घटकांमुळे या बदलांची परिस्थिती अधिकच बिघडते. रोहिण्यांच्या भिंती कडक झाल्याने त्यांचा लवचीकपणा कमी होतो. त्यामुळे सिस्टॉलिक रक्तदाब वाढतो. रोहिण्यांच्या छोट्या-छोट्या शाखांच्या भिंती जाड झाल्यामुळे पेरिफेरल रोध वाढतो. परिणामी, डायस्टॉलिक रक्तदाब वाढतो.

● मूत्रपिंडाद्वारे (Kidenys) शरीरात पाणी व क्षारांचा अधिक संचय होणे :

हा दोष आनुवंशिक असू शकतो. शरीरात पाणी व क्षार यांचा संचय झाल्याने रक्ताचे आकारमान वाढते. परिणामी, कार्डिॲक आऊटपुटमध्ये वाढ होते.

● लठ्ठपणा (obesity) :

लठ्ठपणामुळे रक्तातील इन्शुलिन (Insulin) या संप्रेरकाच्या

(hormone) पातळीत वाढ होते. इन्शुलिनमुळे रक्तातील साखरेचे प्रमाण नियंत्रणात ठेवले जाते. संप्रेरकाच्या वाढलेल्या प्रमाणामुळे रक्तवाहिन्यांच्या भिंती जाड होऊन पेरिफेरल रोध वाढतो. लठ्ठ व्यक्तींच्या बाबतीत शरीरात चरबीचा संचय कोठे होतो, तेदेखील महत्त्वाचे ठरते. कंबरघेरापेक्षा नितंबघेर जास्त असल्यास अशा व्यक्तींना उच्च रक्तदाबाचा विकार जडण्याचा धोका अधिक असतो.

साधारण पाच टक्के रुग्णांबाबात उच्च रक्तदाबाचा विकार जडण्याचे नक्की कारण कळून येऊ शकते. ज्या प्रकारच्या उच्च रक्तदाबाचे नक्की कारण कळून येते, अशा प्रकारच्या उच्च रक्तदाबास 'दुय्यम उच्च रक्तदाब' (Secondary Hypertension) असे म्हणतात. हा रक्तदाब म्हणजे दुसऱ्या एखाद्या आजाराचा अतिरिक्त परिणाम (साईड इफेक्ट) होय. ते दूर केले की, हा रक्तदाब पूर्णपणे बरा होऊ शकतो. हा रक्तदाब म्हणजे शब्दश: दुय्यम नव्हे. जर तुम्हाला अशा स्वरूपाचा उच्च रक्तदाब असेल, तर तुम्हाला डॉक्टर अनेक प्रकारच्या चाचण्या करून घेण्याचा सल्ला देतात. या सर्व चाचण्या पूर्ण करून त्यांचे रिपोर्ट्स मिळण्यास काही दिवस ते काही आठवडे इतका कालावधी लागू शकतो. या कालावधीदरम्यान गैरसोय व चिंता तुम्हाला भेडसावू शकतात, पण त्यांच्याकडे सकारात्मक दृष्टीने पाहणे तुमच्यासाठी महत्त्वाचे ठरते.

प्राथमिक स्वरूपाच्या उच्च रक्तदाबाची कार्यपद्धती :
आकृती क्र. ३.

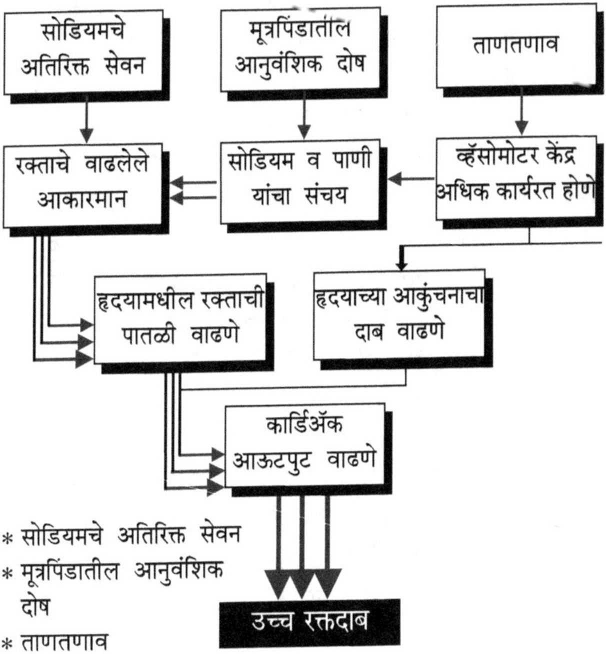

* सोडियमचे अतिरिक्त सेवन
* मूत्रपिंडातील आनुवंशिक दोष
* ताणतणाव

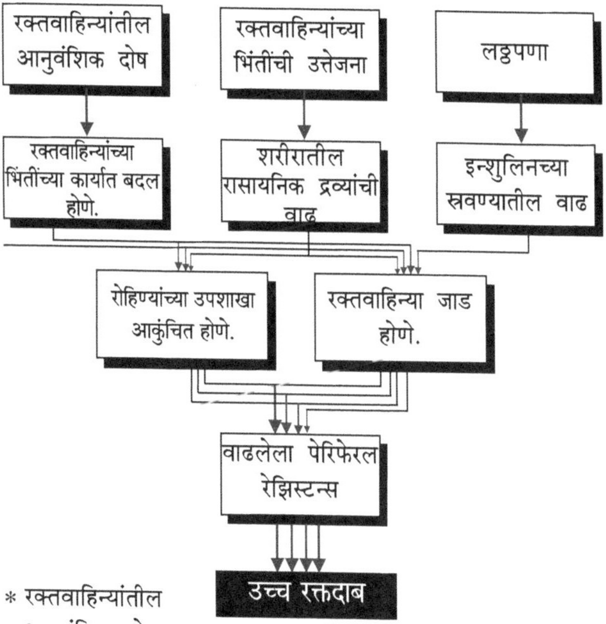

* रक्तवाहिन्यांतील आनुवंशिक दोष
* रक्तवाहिन्या उत्तेजित होणे.
* लठ्ठपणा.

दुय्यम स्वरूपाच्या उच्च रक्तदाबाची काही संभाव्य कारणे पुढीलप्रमाणे :

- मूत्रपिंड आणि अंत:स्रावी ग्रंथींचे, विशेषत: ॲड्रिनल ग्रंथींचे (adrenal glands) विकार.
- अनेक वर्षांपासून असलेला मधुमेह
- तोंडावाटे घेण्यात येणाऱ्या कुटुंबनियोजनाच्या गोळ्यांचा बरीच वर्षे केलेला वापर. (विशेषत: इस्ट्रोजेन [oestrogen] या संप्रेरकाचा समावेश असलेल्या गोळ्या)
- अनेक वर्षे केला गेलेला 'स्टिरॉइड्स' या गटातील औषधांचा वापर. स्टिरॉइड्स हा अशा औषधांचा गट आहे, जी सामान्यपणे दमा, त्वचाविकार यांच्या उपचारासाठी वापरली जातात.
- प्रमुख रोहिणीत (aorta) असलेले जन्मजात दोष.
- गर्भवतींच्या बाबतीत विशेषत: शेवटच्या तीन महिन्यांत दिसून येणारा किंवा प्रसूतीनंतर लगेच दिसणारा उच्च रक्तदाब.

उच्च रक्तदाबाची लक्षणे कोणती आहेत?

कोणत्याही स्वरूपाच्या गुंतागुंतीच्या समस्यांशी निगडित नसलेल्या उच्च रक्तदाबामुळे कोणत्याही स्वरूपाची लक्षणे दिसून येत नाहीत. तुम्हाला अनेक वर्षांपासून उच्च रक्तदाबाचा विकार असू शकतो, पण तो कळूनही येत नाही. त्यामुळे साधारणपणे वयाच्या तिशीनंतर प्रत्येकाने आपला रक्तदाब नियमितपणे तपासून घेत राहणे आवश्यक असते. असे केल्याने उच्च रक्तदाबाचा विकार असल्यास लवकरात लवकर कळून येतो.

सामान्यपणे जेव्हा तुम्ही जनरल चेकपसाठी डॉक्टरांकडे जाता किंवा रक्तदाबाशी संबंधित नसलेल्या आजाराच्या उपचारासाठी जाता, तेव्हा उच्च रक्तदाबाचे निदान होते. उच्च रक्तदाब असलेल्या काही रुग्णांबाबात डोके दुखणे, मंदपणा, अशक्तपणा वाटणे किंवा नुसतेच बरे वाटत नसल्याची भावना होणे, अशा स्वरूपाची लक्षणे दिसून येतात. बऱ्याच वेळा काही गुंतागुंतीच्या गंभीर समस्या उद्‌भवून हॉस्पिटलमध्ये न्यावे लागल्यावरच रुग्णास उच्च रक्तदाब आहे, असे कळून येते.

उच्च रक्तदाबामुळे निर्माण होणारे धोके आणि गुंतागुंतीच्या समस्या कोणत्या?

उच्च रक्तदाबामुळे प्रत्यक्ष स्वरूपात खालील गुंतागुंतीच्या समस्या उद्‌भवू शकतात :

१. जास्त काळ श्वास न घेता येणे (हार्टफेल),

२. मेंदूतील रक्तस्राव (Stroke),

३. डोळ्याच्या मज्जातंतूंना सूज येऊन अंधूक दिसणे,

४. प्रमुख रोहिणीच्या भिंतीला चीर पडणे.

उच्च रक्तदाब असणाऱ्यांपैकी जवळजवळ निम्म्या लोकांना दहा वर्षांपेक्षा जास्त काळात उपचार न मिळाल्यास अशा प्रकारच्या समस्यांना तोंड द्यावे लागते.

उच्च रक्तदाबामुळे अप्रत्यक्ष स्वरूपात खालील समस्या उद्‌भवू शकतात :

हृदय, मूत्रपिंड व कमरेखालच्या अवयवांना कमी प्रमाणात रक्तपुरवठा होणे.

यामुळे हार्ट ॲटॅक, मूत्रपिंडाची कार्यक्षमता संपणे आणि चालल्यानंतर पाय दुखणे यांसारख्या समस्या उद्‌भवतात. अशा प्रकारच्या समस्या जवळजवळ दहा वर्षे किंवा त्याहून अधिक वर्षांकरिता रक्तदाब

चौकट क्र २. उच्च रक्तदाबातील आणीबाणीची परिस्थिती

रक्तदाब अचानक खूप प्रमाणात
(बऱ्याचदा २४०/ १४० मिमी. किंवा त्यापेक्षा जास्त)
वाढला, तर वारंवार खूप डोके दुखणे,
अंधूक दिसणे, झोप येणे, उलट्या होणे,
श्वसनास अडथळा होणे अशी लक्षणे दिसू लागतात.
त्या स्थितीला **मॅलिग्नंट उच्च रक्तदाब**
(मृत्यूस कारण ठरू शकणारा उच्च रक्तदाब)
असे म्हणतात.
अशा वेळी रुग्णाला हॉस्पिटलमधील
तातडीच्या उपचारांची गरज असते.
उच्च रक्तदाबाच्या रुग्णांपैकी
एक टक्का रुग्णांमध्ये अशी समस्या दिसून येते.

असूनही उपचार न केलेल्या रुग्णांपैकी तीस टक्के रुग्णांमध्ये आढळून येतात.

सौम्य स्वरूपाचा उच्च रक्तदाब असणाऱ्या रुग्णांनादेखील हृदयविकार आणि मेंदूतील रक्तस्राव होण्याचा मोठा धोका असतो. उच्च रक्तदाब जितका अधिक, तितका हा धोका वाढत जातो. पूर्वी उच्च डायस्टॉलिक रक्तदाब हा इतर गुंतागुंतींच्या समस्यांचा निर्देशक समजला जाई. आता मात्र फक्त उच्च सिस्टॉलिक दाब असला, तरी त्यामुळेदेखील जास्त नसल्या, तरी तितक्याच गंभीर व गुंतागुंतींच्या समस्या उद्‌भवतात, असे आढळून आले आहे.

हार्ट ॲटॅक येण्याच्या प्रमुख कारणांपैकी उच्च रक्तदाब हे एक प्रमुख धोक्याचे कारण आहे. हार्ट ॲटॅक येण्याची इतर कारणे म्हणजे – मधुमेह, धूम्रपान, कोलेस्टेरॉलची वाढलेली पातळी, वृद्धत्व, कुटुंबातील इतर व्यक्तींना हार्ट ॲटॅक येऊन गेलेला असणे इत्यादी. त्यामुळे उच्च रक्तदाब असणाऱ्या व्यक्तीला अधिक गुंतागुंतीच्या समस्यांना तोंड द्यावे लागणे, हे अशा प्रकारच्या इतर घटकांवरही अवलंबून असते. उदा. उच्च रक्तदाब असलेल्या वृद्ध रुग्णांना जर एखादा हार्ट ॲटॅक येऊन गेला असेल, तर अशा रुग्णांबाबत अधिक गंभीर समस्या निर्माण होण्याचा धोका अधिक असतो (तीन ते पाच टक्के प्रतिवर्षी). तरुण रुग्णांना फक्त उच्च रक्तदाब असेल व इतर धोकादायक कारणे आढळून आली नसतील, तर अशा रुग्णांमध्ये अधिक गंभीर समस्या निर्माण होण्याचा धोका खूपच कमी असतो

(०.१ % प्रतिवर्षी). त्यामुळेच उच्च रक्तदाब असणाऱ्या रुग्णांच्या बाबतीत हार्ट अॅटॅकला आणि मेंदूतील रक्तस्त्रावाला कारणीभूत ठरणारे घटक आहेत किंवा नाहीत याच्याही सर्व तपासण्या करून ते शोधणे महत्त्वाचे असते. यामुळे या घटकांचे निदान होऊन त्यांच्यावर परिणामकारक उपचार वेळेवर सुरू करता येतात व उच्च रक्तदाबामुळे निर्माण होणाऱ्या गंभीर समस्या आणि धोके बऱ्याच प्रमाणात कमी होतात.

प्राथमिक स्वरूपाचा उच्च रक्तदाबाचा विकार जडण्याचा जास्त प्रमाणात धोका कोणाकोणास असतो?

- बैठ्या जीवनशैलीचा अंगीकार केलेल्या व्यक्तींना प्राथमिक उच्च रक्तदाबाचा विकार जडण्याचा धोका जवळजवळ तीस ते पन्नास टक्के अधिक असतो.
- लठ्ठ लोकांना उच्च रक्तदाब जडण्याचा धोका दोन ते सहा पट अधिक असतो.
- दोन्ही पालकांपैकी एकास उच्च रक्तदाब असल्यास मुलांना हा विकार जडण्याचा धोका तीस टक्के अधिक असतो.
- दोन्ही पालकांना उच्च रक्तदाब असल्यास मुलांना हा विकार जडण्याचा धोका चाळीस टक्के अधिक असतो.
- मिठाच्या बाबतीत जे लोक संवेदनशील (Sensitive) असतात व त्या लोकांनी आहारात प्रतिदिनी पाच ते सहा ग्रॅमपेक्षा अधिक मीठ घेतल्यास त्यांना उच्च रक्तदाब जडण्याचा धोका अधिक असतो.

उच्च रक्तदाबाच्या निदानासाठी करण्यात येणाऱ्या प्रयोगशालेय तपासण्या (Laboratory Tests) कोणत्या असतात?

रक्तदाबदर्शक आकडे पाहून तुमचे डॉक्टर तुमच्या रक्तदाबाचे निदान करू शकतात. महत्त्वाच्या अवयवांना रक्तदाबामुळे इजा पोहोचली आहे का किंवा इजा वाढेल अशी परिस्थिती निर्माण झाली आहे का, हे पाहण्यासाठी, निश्चित करण्यासाठी काही नेहमीच्या चाचण्या आवश्यक असतात. तुम्हाला दुय्यम स्वरूपाचा उच्च रक्तदाब असल्याची शंका तुमच्या डॉक्टरांना आल्यास तुम्हाला काही विशिष्ट चाचण्या करण्याची गरज असते.

सामान्यतः खालील चाचण्या सरसकटपणे करून घेण्याची गरज असते :

- रक्ताची तपासणी : मधुमेह, रक्तातील कोलेस्टेरॉलची पातळी, मूत्रपिंडांच्या कार्यात काही दोष निर्माण झालेले आहेत काय, हे तपासण्यासाठी रक्ताची तपासणी करतात.
- मूत्राची तपासणी : मधुमेह आणि मूत्रपिंडांतील दोषांचे निदान करण्यासाठी ही तपासणी केली जाते.
- ईसीजी (Electro Cardiogram) : हृदयात होणारे बदल

जाणून घेण्यासाठी ही तपासणी केली जाते.

- छातीची क्ष-किरण तपासणी : हृदयाचे आकारमान वाढले आहे काय किंवा प्रमुख रोहिणीचा आकार वाढलेला आहे काय, याची तपासणी करण्यासाठी ही चाचणी केली जाते.

उच्च रक्तदाबावर नियंत्रण कसे ठेवावे?

उच्च रक्तदाबावर पुढील दोन प्रमुख प्रकारे नियंत्रण ठेवता येते :

- जीवनशैलीतील बदल
- योग्य औषधे.

यांपैकी जीवनशैलीतील बदल हा कितीही तीव्रतेच्या उच्च रक्तदाबावर नियंत्रण ठेवण्यासाठी फार महत्त्वाचा असतो. केवळ आपल्या जीवनशैलीत योग्य तो बदल करून तुम्ही तुमचा सिस्टॉलिक दाब १० मिमी. किंवा त्याहूनही अधिक कमी, तर डायस्टॉलिक दाब साडेसात मिलिमीटरपेक्षाही अधिक कमी करू शकता. जीवनशैलीत बदल केल्यानंतर त्याचा सर्वाधिक परिणाम दिसून येण्यास साधारणत: तीन ते सहा महिने लागतात. उच्च रक्तदाबावर परिणामकारक नियंत्रण मिळविण्यासाठी आयुष्यभरासाठीच जीवनशैलीतील बदलाचा अवलंब करणे महत्त्वाचे ठरते.

उच्च रक्तदाबावर योग्य प्रकारे नियंत्रण ठेवण्यासाठी आपल्या जीवनशैलीतील खालील बदल परिणामकारक ठरू शकतात.

- **वजन कमी करणे :** आपण जर लठ्ठ असाल, तर सर्वांत प्रथम आपले वजन कमी करावे. सौम्य उच्च रक्तदाबाचे रुग्ण असलेल्या जवळजवळ दोन तृतीयांश व्यक्ती आपले अतिरिक्त वजन

चौकट क्र ३. आहारातील मिठाच्या वापराबद्दल मार्गदर्शक सूचना
• दिवसभरात तुम्ही ५ ते ६ ग्रॅमपेक्षा जास्त मीठ खाऊ नये. • साधारणत: शहरी भागात शिजवल्या जाणाऱ्या अन्नातून पाच ते सहा ग्रॅम मीठ दर दिवशी मिळते. पण त्यासाठी स्वयंपाकात ताज्या पदार्थांचा वापर असणे आवश्यक ठरते. • स्वयंपाक करताना त्यात मीठ न घातल्यासही तुम्हाला प्रतिदिनी दोन ते तीन ग्रॅम मीठ मिळते. उच्च रक्तदाबाच्या रुग्णांनी साधारणत: अर्धा चमचा मीठ रोज घ्यायला हरकत नाही. पण त्यासाठी प्रक्रिया केलेले व सोडा घालून टिकवलेले अन्न खाणे टाळावे. • मीठ वापरायचेच असल्यास सोडियमचे प्रमाण कमी असलेले मीठ वापरावे. अशा प्रकारचे विशिष्ट मीठ बाजारात उपलब्ध असते. • फास्ट फूड खाणे शक्यतो टाळावे किंवा कमीतकमी प्रमाणात खावे. अशा पदार्थांमध्ये सोडियमचे प्रमाण खूप जास्त असते. • अन्न शक्य तितक्या नैसर्गिक स्वरूपातच खावे. अशा प्रकारच्या अन्नात सोडियमचे प्रमाण खूप कमी असते. प्रक्रियायुक्त अन्नपदार्थांत सोडियमचे प्रमाण जास्त असते, म्हणून असे पदार्थ टाळावेत. लोणची, बेकरीतील पदार्थही टाळावेत. या पदार्थांतही खूप जास्त प्रमाणात मीठ असते.

पन्नास टक्क्यांपर्यंत कमी करून उच्च रक्तदाबावर यशस्वीपणे नियंत्रण ठेवू शकतात. दर आठवड्याला अर्धा ते एक किलोपेक्षा जास्त वजन कमी करण्याचा प्रयत्न करू नये. आपले वजन हळूहळू कमी करावे. त्यापेक्षा अधिक वेगाने वजन कमी करण्याची प्रक्रिया सातत्याने राहणे कठीण असते.

वजनात एक किलो घट होण्यामुळे तुमचा रक्तदाब दर किलोमागे १.५ मिमी. इतका कमी होत जातो. जवळजवळ चार किलो वजन कमी झाल्यानंतर वजनातील घट होण्याचा रक्तदाबावरील परिणाम दिसून येतो. एका ठरावीक पातळीपर्यंत वजन कमी झाल्यानंतर रक्तदाबाच्या पातळीत त्या प्रमाणात घट होत नाही.

वजन कमी करण्याचे इतरही अनेक फायदे आहेत. वजन कमी केल्यास रक्तातील कोलेस्टेरॉलची पातळी कमी होते; हार्ट अॅटॅक, पाठदुखी, गुडघ्याचे सांधे दुखणे यांचा धोका कमी होतो. मधुमेह आणि स्तनांचा कर्करोग होण्याचा धोकाही टळू शकतो. वजन कमी करण्याने कोणतेही तोटे होत नाहीत.

- **आहारातील मिठाचा म्हणजेच सोडियम क्लोराईडचा वापर :** उच्च रक्तदाबाच्या जवळजवळ साठ टक्के रुग्णांना आहारातील मिठावर नियंत्रण ठेवल्याने फायदा होतो. विशेषत: वृद्ध व्यक्तींबाबत हा फायदा खूप झपाट्याने झालेला दिसून येतो.
- **नियमित व्यायाम** : चालणे, धावणे, पोहणे, एरोबिक्स, मैदानी खेळ खेळणे, सायकल चालविणे या प्रकारच्या नियमित

इतकी औषधं घेतोय, तरी माझा रक्तदाब अजूनही उच्च का?

व्यायामांमुळे रक्तदाब जवळजवळ पाच ते दहा मिमी. ने कमी होतो. आठवड्यातून तीन ते पाच दिवस तीस ते साठ मिनिटांकरिता भरभर चालणे, हा व्यायाम उच्च रक्तदाबाच्या नियंत्रणासाठी खूप चांगला असतो. वजन उचलण्यासारखा व्यायाम करणे टाळावे. कारण त्यामुळे रक्तदाब वाढतो. कोणत्याही प्रकारचा व्यायाम सुरू करण्याआधी त्याबाबत आपल्या डॉक्टरांचा सल्ला घेणे आवश्यक आहे.

- **मद्यपान** : मद्यपान शक्यतो करूच नये. निदान कमी तरी करावे. पाणी किंवा सोडा न मिसळलेली व्हिस्की दिवसाकाठी साठ मिलिलिटरपेक्षा जास्त पिऊ नये. त्याचप्रमाणे दोनशे चाळीस मिलिलिटर्सपेक्षा अधिक वाइन किंवा सातशे वीस मिलिलिटर्सपेक्षा जास्त बिअर दिवसाकाठी पिऊ नये. यापेक्षा अधिक मद्यपान केल्यास तुमचा रक्तदाब खूप वाढू शकतो. मद्यपानाचे प्रमाण कमी केल्यास रक्तदाब कमी होतो.

- **तणावमुक्त जगण्यासाठीचे तंत्र** : योगासने, ध्यानधारणा नियमितपणे केल्याने आणि मानसिक ताण कमी केल्याने उच्च रक्तदाबावर नियंत्रण मिळविण्यास मदत होते, असे संशोधनाने सिद्ध झाले आहे. या पद्धतीद्वारे मानसिक ताण सहन करण्याची शक्तीदेखील वाढू शकते. तणावमुक्तीच्या तंत्राचे फायदे सराव नियमित सुरू केल्यावर आठ आठवड्यांनंतर दिसून येतात.

मधुमेह, धूम्रपानाची सवय, रक्तातील कोलेस्टेरॉलची उंचावलेली

पातळी असे विकार असलेल्या उच्च रक्तदाबाच्या रुग्णांनी आपल्या जीवनशैलीत अधिक बदल करणे फार गरजेचे असते.

औषधे :

खालील परिस्थितींमध्ये तुम्हास उच्च रक्तदाबावर नियंत्रण मिळविण्यासाठी औषधे घेण्याची गरज निर्माण होते :

१. तीन ते सहा महिने आपल्या जीवनशैलीत बदल करूनही सौम्य स्वरूपाचा उच्च रक्तदाब नियंत्रणात येत नसल्यास औषधे घेण्याची गरज असते.
२. मध्यम स्वरूपाच्या उच्च रक्तदाबावर नियंत्रण मिळविण्यासाठी औषधे घ्यावी लागतात.
३. तीव्र स्वरूपाच्या उच्च रक्तदाबावर नियंत्रण मिळविण्यासाठी औषधांची गरज असते.
४. फक्त सिस्टॉलिक स्वरूपाचा उच्च रक्तदाब असून डायस्टॉलिक रक्तदाब सामान्य असल्यास आणि फक्त सिस्टॉलिक रक्तदाब १४० ते १८० मिमी. पेक्षा अधिक असून व जीवनशैलीत बदल करूनही तो तीन ते सहा महिन्यांत नियंत्रणात येत नसल्यास योग्य ती औषधे घ्यावी लागतात.
५. फक्त सिस्टॉलिक उच्च रक्तदाब असून तो १८० मिमी. पेक्षा अधिक असल्यास औषधे घेण्याची गरज असते.

उच्च रक्तदाबावर नियंत्रण मिळविण्यासाठी खालील गटांतील औषधे सामान्यतः वापरली जातात :

- **एसीई (ॲन्जिओटेन्सिन कनव्हर्टिंग एन्झाईम) इनहिबिटर्स**:

या गटातील औषधे पेरिफेरल रोध कमी करतात व त्याद्वारे उच्च रक्तदाबावर नियंत्रण मिळविता येते. या गटातील औषधांचा अतिरिक्त परिणाम म्हणजे रुग्णास सातत्याने कोरडा खोकला येऊ शकतो.

- **कॅल्शियम चॅनेल ब्लॉकर्स** :

या गटातील औषधेही प्रामुख्याने पेरिफेरल रोध कमी करतात. या गटातील काही औषधे कार्डिॲक आऊटपुटसुद्धा कमी करतात. या गटातील औषधांचे अतिरिक्त परिणाम पुढीलप्रमाणे – हृदयाच्या स्पंदनाचा वेग अचानकपणे कमी किंवा जास्त होणे, बद्धकोष्ठता, पायावर सूज येणे.

- **बीटा ब्लॉकर्स** :

या गटातील औषधे प्रामुख्याने कार्डिॲक आऊटपुट कमी करतात. उच्च रक्तदाबाच्या रुग्णांना हृदयविकारही असल्यास ही औषधे अधिक पसंत केली जातात. थकवा येणे आणि नैराश्य येणे असे सामान्यतः या गटातील औषधांचे अतिरिक्त परिणाम दिसून येतात.

- **अल्फा ब्लॉकर्स** :

ही औषधे प्रामुख्याने पेरिफेरल रोध कमी करतात. अचानकपणे हृदयाच्या स्पंदानांचा वेग वाढणे आणि बसलेल्या स्थितीतून एकदम

उभे राहताना डोके गरगरणे, हे या गटातील औषधांचे अतिरिक्त परिणाम (side effects) असतात.

- **डाययुरेटिक्स** :

या गटातील औषधे शरीरातून पाणी आणि क्षार बाहेर फेकले जाण्याचे प्रमाण वाढवितात. त्यामुळे कार्डिॲक आऊटपुट कमी होतो. बऱ्याच कालावधीकरिता ही औषधे घेत राहिल्यास ती पेरिफेरल रोधही कमी करतात. अशक्तपणा जाणविणे आणि पायात पेटके येणे हे या गटातील औषधांचे अतिरिक्त परिणाम असतात.

उच्च रक्तदाबावर सामान्यतः करण्यात येणाऱ्या उपचारांचा आराखडा आकृती क्र. ४ मध्ये दर्शविला आहे.

व्यक्तीनुरूप उच्च रक्तदाबावरील औषधे बदलतात. तुमचे वय, इतर विकार, कोलेस्टेरॉलची रक्तातील पातळी, जीवनशैली, तुम्ही घेत असलेल्या इतर औषधांची होणारी प्रतिक्रिया या सर्व बाबींचा विचार करून डॉक्टर तुम्हास योग्य ठरेल असे औषध देतात. बऱ्याचशा औषधांचा सर्वोत्तम परिणाम (maximum effect) उपचार सुरू केल्यानंतर बऱ्याच आठवड्यांनंतरही दिसू शकतो. त्यामुळे अगदी थोड्या कालावधीनंतर दिलेली औषधे बदलून कमी तीव्रतेची प्रभावशाली औषधे घेऊ नयेत. तुम्हाला तीव्र स्वरूपाचा उच्च रक्तदाब असल्यास एकापेक्षा अधिक औषधे घ्यावी लागू शकतात.

काही वेदनाशामक औषधे (pain killers) उच्च रक्तदाबावरील औषधांच्या कार्यात अडथळा आणू शकतात. त्यामुळे इतर कोणतीही

आकृती क्र. ४ – उच्च रक्तदाबावरील इलाजासाठी

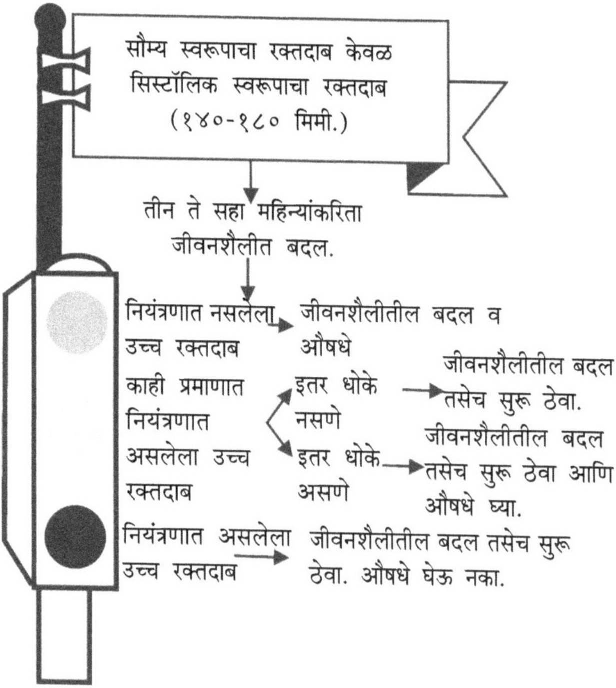

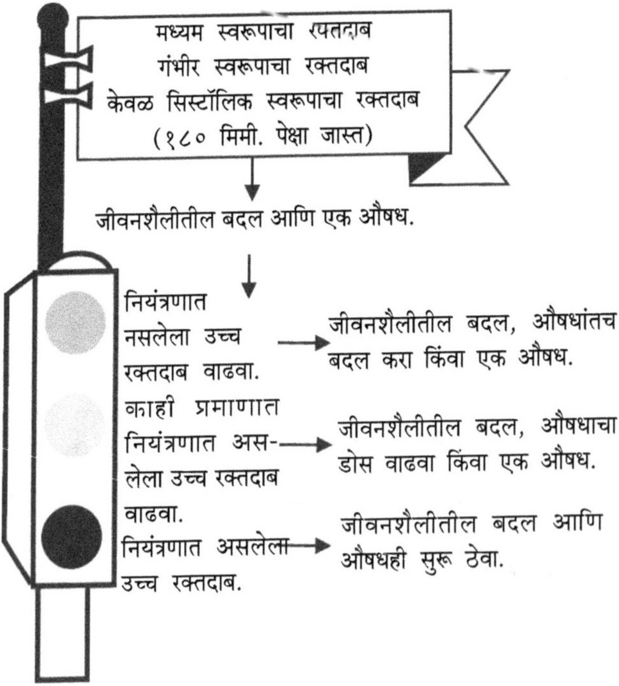
मध्यम स्वरूपाचा रक्तदाब
गंभीर स्वरूपाचा रक्तदाब
केवळ सिस्टॉलिक स्वरूपाचा रक्तदाब
(१८० मिमी. पेक्षा जास्त)
जीवनशैलीतील बदल आणि एक औषध.
नियंत्रणात नसलेला उच्च रक्तदाब वाढवा.
जीवनशैलीतील बदल, औषधांतच बदल करा किंवा एक औषध.
काही प्रमाणात नियंत्रणात असलेला उच्च रक्तदाब वाढवा.
जीवनशैलीतील बदल, औषधाचा डोस वाढवा किंवा एक औषध.
नियंत्रणात असलेला उच्च रक्तदाब.
जीवनशैलीतील बदल आणि औषधही सुरू ठेवा.

औषधे घेण्याआधी डॉक्टरांचा सल्ला अवश्य घ्यावा.

मधुमेह, रक्तातील कोलेस्टेरॉलची उंचावलेली पातळी, धूम्रपानाची सवय या सर्व गोष्टींवर प्रभावशाली नियंत्रण ठेवणे हे उच्च रक्तदाबाच्या रुग्णांबाबत फार महत्त्वाचे ठरते.

धूम्रपानाची सवय सोडण्याचे फायदे

धूम्रपान करणे सोडल्यानंतर वीस मिनिटांतच शरीरात सुधारणा होण्यास सुरुवात होऊ लागते.

- ***धूम्रपान करणे सोडल्यानंतर वीस मिनिटांनी*** : रक्तदाब कमी होतो आणि नाडीच्या ठोक्यांचा वेगही सामान्य होतो.
- ***धूम्रपान करणे सोडल्यानंतर आठ तासांनी*** : रक्तातील कार्बन मोनॉक्साइडची (carbon monoxide) उंचावलेली पातळी कमी होऊन सामान्य होते. रक्तातील प्राणवायूची (Oxygen) कमी झालेली पातळी उंचावून सामान्य होते.
- ***धूम्रपान सोडल्यानंतर चोवीस तासांनी*** : हार्ट अ‍ॅटॅकची शक्यता कमी होते.
- ***धूम्रपान सोडल्यानंतर अठ्ठेचाळीस तासांनी*** : वास घेण्याची आणि चव घेण्याची क्षमता वाढते.
- ***धूम्रपान सोडल्यानंतर दोन ते तीन आठवड्यांनी*** : रक्ताभिसरण सुधारते. तुमच्या चालण्यात फरक पडून ते अधिक सहजपणे घडू लागते. फुप्फुसांची कार्यक्षमता जवळजवळ तीस टक्क्यांनी वाढते.
- ***धूम्रपान सोडल्यानंतर एक ते नऊ महिन्यांनी*** : खोकला,

सर्दी होऊन नाक चोंदणे, थकवा येणे, श्वसनास त्रास होणे ही सर्व लक्षणे कमी होतात. केसांसारख्या बारीक-बारीक तंतूंची फुफ्फुसातील संख्या वाढते. त्यामुळे धुळीचे कण, जीवाणू इत्यादी सूक्ष्म कणांना बाहेर ढकलणे सोपे होते.

- ***धूम्रपान सोडल्यानंतर एका वर्षाने*** : धूम्रपान न करणाऱ्या व्यक्तीच्या बाबतीत करोनरी हार्ट डिसीज (Coronary heart disease) होण्याचा धोका धूम्रपान करणाऱ्या व्यक्तीच्या तुलनेत निम्म्याहून कमी संभवतो.

- ***धूम्रपान सोडल्यानंतर पाच वर्षांनी*** : फुफ्फुसाच्या कर्करोगामुळे मृत्यू ओढविण्याचा धोका निम्म्याने कमी होतो. मेंदूतील रक्तस्रावाचा (Stroke) धोकाही खूप कमी होतो. धूम्रपान सोडल्यावर पाच ते पंधरा वर्षांत अर्धांगाचा धोका कमी होतो. तोंड, घसा आणि अन्ननलिकेचा कर्करोग होण्याचा धोकाही निम्म्याने कमी होतो.

- ***धूम्रपान सोडल्यानंतर दहा वर्षांनी*** : हार्ट अॅटॅक येण्याचा धोका खूपच कमी होऊन तो जवळजवळ कधीच धूम्रपान न करणाऱ्याला असलेल्या धोक्याइतका कमी होतो.

संदर्भ : सेंटर फॉर डिसीज कंट्रोल अॅन्ड अमेरिकन कॅन्सर सोसायटी.

रक्तदाबावरील औषधे किती कालावधीपर्यंत घ्यावी लागतात?

उच्च रक्तदाबावर नियंत्रण मिळविण्यासाठी तुम्हाला आयुष्यभर औषध घेण्याची गरज भासू शकते. उच्च रक्तदाबाचे नेमके कारण समजलेल्या रुग्णांबाबत मात्र परिस्थिती वेगळी असते. अशा विशिष्ट रुग्णांच्या उच्च रक्तदाबाचे नेमके कारण समजल्यानंतर त्यावर योग्य औषधोपचार केले जातात आणि नंतर बरे वाटू लागल्यानंतर उच्च रक्तदाबाची औषधे बंद करता येतात.

चार वर्षांपर्यंत नियमितपणे औषधे घेऊन उच्च रक्तदाब चांगल्यापैकी नियंत्रणात आल्यास औषधाचा डोस कमी करणे किंवा औषध घेणे थांबविणे शक्य होऊ शकते. ही परिस्थिती उच्च रक्तदाबाच्या रुग्णांपैकी जवळजवळ एक-तृतीयांश रुग्णांबाबत आढळून येते. ह्या गोष्टीची नोंद घेणे आवश्यक आहे की, हा निर्णय फक्त तुमच्या डॉक्टरांनीच घ्यायचा असतो, कारण औषधे कमी करण्याने किंवा थांबवण्याने रक्तदाब वाढू शकतो. या विशिष्ट काळात रक्तदाब वाढल्यास तो तातडीने नियंत्रणात आणण्याची गरज असते. त्यासाठी डॉक्टरांकडे जाऊन नियमितपणे तपासणी करणे महत्त्वाचे आहे.

उच्च रक्तदाबाची औषधे सुरू केल्यानंतर सुरुवातीस रक्तदाब

सामान्य रक्तदाबापेक्षा कमी होऊ शकतो. त्यामुळे जडत्व, थकवा जाणवणे, अशक्तपणा येणे, क्वचित चक्कर येणे ही लक्षणे दिसू शकतात. म्हणूनच नियमितपणे रक्तदाबाची तपासणी करत राहणे फार महत्त्वाचे असते. यामुळे उपचारांत बदल करावयाची गरज असल्यास तो करता येतो. रक्तदाबाची तपासणी किती वेळा आणि किती दिवसांच्या अंतराने करावी, यासंबंधी तुमचे डॉक्टर तुम्हास योग्य तो सल्ला देतील.

काही वेळा काही लोकांना आपला रक्तदाब वाढला आहे, असे 'वाटते'. अशा वेळेस ते आपल्या औषधाचा डोस स्वत:च्या मनानेच वाढवितात. तसेच काही वेळा रक्तदाब कमी झाल्यासारखे 'वाटल्यास' औषधाचा डोस कमी करतात किंवा थांबवितात. रक्तदाबाच्या कमी-जास्तपणाबद्दल अशी 'वाटण्याची भावना' प्रत्येक वेळेस बरोबर असतेच, असे नाही. तुमच्या रक्तदाबाचे अचूक मोजमाप हे स्फिग्मोमॅनोमीटरच्याच साहाय्याने करणे अत्यावश्यक असते. रक्तदाब कमी किंवा जास्त झाल्यासारखे 'वाटल्यास' डॉक्टरांकडे जाऊन आपला रक्तदाब तपासून घ्यावा व त्यांचा सल्ला घ्यावा.

उच्च रक्तदाबाच्या नियंत्रणासाठी काही विशिष्ट आहार सुचवला जातो का?

उच्च रक्तदाबाच्या नियंत्रणाकरिता आहारात करावा लागणारा सर्वांत महत्त्वाचा बदल म्हणजे आहारातील मिठाचा वापर कमी करणे. संशोधनातून अशी माहिती मिळाली आहे की, पोटॅशियम, कॅल्शियम किंवा मॅग्नेशियम यांचा भरपूर प्रमाणात समावेश असलेल्या आहारामुळे रक्तदाब कमी होतो. आहारातील सोडियमच्या व पोटॅशियमच्या प्रमाणात बदल करून पोटॅशियमयुक्त आहाराचे जास्त सेवन केल्यास त्याचा परिणाम उच्च रक्तदाबावर होऊ शकतो. ताजी फळे व भाज्यांमध्ये भरपूर प्रमाणात पोटॅशियम तसेच तंतुमय पदार्थ असतात.

संशोधनाअंती असेही आढळून आले आहे की, आहारातील स्निग्ध पदार्थांच्या प्रकारात (type of fat) बदल केल्यासही रक्तदाब कमी होऊ शकतो. ह्याची नोंद घेणे महत्त्वाचे आहे की, हे परिणाम सुनियोजित संशोधन, निरीक्षणातून सातत्याने दिसलेले नाहीत. त्यामुळे असा पूरक आहार उच्च रक्तदाबाच्या नियंत्रणासाठी उपचार म्हणून वापरण्याचा सल्ला दिला जात नाही. शाकाहारी, तंतुमय पदार्थांचे प्रमाण अधिक असलेला आहार घेतल्यास रक्तदाब कमी होण्याची शक्यता असते. परंतु तरीही या क्षेत्रात अधिक संशोधनाची गरज आहे.

चौकट क्र ४. उच्च रक्तदाबामुळे निर्माण होणारे धोके

उच्च रक्तदाबावर उपचार न झाल्यास खालील धोके संभवतात :

- हार्ट ॲटॅक येण्याची शक्यता दोन ते तीन पट वाढते.
- स्ट्रोक (Stroke) येण्याची शक्यता दोन ते चार पट वाढते.
- मृत्यूची शक्यता दुपटीने वाढते.

उच्च रक्तदाबाकडे दुर्लक्ष करून त्यावर उपचार न केल्यास त्या व्यक्तीचे आयुर्मान साधारण दहा ते वीस वर्षांनी कमी होते.

उच्च रक्तदाबाचा विकार जडू नये म्हणून कोणते प्रतिबंधात्मक उपाय योजावेत?

आपल्या जीवनशैलीत खालीलप्रमाणे बदल करून उच्च रक्तदाबास प्रतिबंध करता येतो.

- लठ्ठ व्यक्तींनी आपले वजन कमी करावे.
- जे सहा ग्रॅमपेक्षा जास्त मीठ खातात, त्यांनी आहारातील मिठाचे प्रमाण कमी करावे.
- आधी सांगितलेल्या प्रमाणापेक्षा जास्त मद्यपान करणाऱ्या व्यक्तींनी मद्यपानाचे प्रमाण कमी करावे.
- बैठी जीवनशैली असलेल्यांनी व्यायाम करावा.

ज्या व्यक्तींचा डायस्टॉलिक रक्तदाब ८५ ते ९० मिमी.च्या दरम्यान असतो, त्या व्यक्तींनी आपल्या जीवनशैलीत हे बदल करणे फार आवश्यक असते. अशा व्यक्तींना नंतरच्या आयुष्यात उच्च रक्तदाबाचा विकार जडण्याचा धोका सामान्य व्यक्तींपेक्षा दुपटीने अधिक असतो.

ताणतणाव कमी केल्याने आणि आहारात पोटॅशियम (Potassium), कॅल्शियम (Calcium), मॅग्नेशियम (magnesium) किंवा माशांपासून

मिळणारे तेल (Fish oil) तसेच तंतुमय पदार्थांचा समावेश केल्यामुळे उच्च रक्तदाबाचा विकार जडण्यास प्रतिबंध होतो, असे खात्रीशीररीत्या सिद्ध झालेले नाही. तरीदेखील अशा प्रकारच्या आहाराचे इतर अनेक फायदे असतात. तंतुमय पदार्थयुक्त आहारामुळे कोलेस्टेरॉल कमी होते, तसेच आतड्यांचा कर्करोग होण्याची शक्यताही कमी होते.

चौकट क्र ५. उच्च रक्तदाबाच्या उपचारांचे फायदे

योग्य उपचारांमुळे डायस्टॉलिक रक्तदाब पाच ते सहा गिमी.ने आणि सिस्टॉलिक रक्तदाब दहा ते चौदा मिमी.ने कमी झाल्यास व ही परिस्थिती जवळजवळ पाच वर्षांपर्यंत तशीच राहिल्यास त्याचे खालील फायदे होतात.

- स्ट्रोक किंवा मेंदूतील रक्तस्राव होण्याची शक्यता अडतीस टक्क्यांनी कमी होते.
- हृदयविकाराचा धोका सोळा टक्क्यांनी कमी होतो.
- मृत्यूचा धोका एकवीस टक्क्यांनी कमी होतो.

उच्च रक्तदाब कमी होण्याचे फायदे उपचारानंतर दोन ते तीन वर्षांनी दिसून येतात.

उच्च रक्तदाबाचे नियंत्रण व व्यवस्थापन ह्याविषयी आधुनिक संशोधन कोणत्या क्षेत्रांमध्ये सुरू आहे?

१) उच्च रक्तदाबावर नियंत्रण मिळविण्यासाठी कमी प्रमाणात अतिरिक्त परिणाम (साईड इफेक्ट्स) साधणाऱ्या वेगवेगळ्या प्रकारच्या औषधगटांच्या चाचण्या करणे सुरू आहे. हे औषधगट पुढीलप्रमाणे : रेनिन इनहिबिटर्स (Renin inhibitors), ॲन्जिओटेन्सिन २ रिसेप्टर ॲन्टॅगोनिस्ट (Angiotensin II receptor antagonist), एन्डोपेप्टिडेज इनहिबिटर्स (Endopeptidase inhibitors), एन्डोथेलिन ॲन्टॅगोनिस्ट्स (Endothelin antagonists)

२) भविष्यकाळात उच्च रक्तदाबाचा विकार जडण्याची निश्चित शक्यता असणाऱ्या व्यक्तींचा शोध घेण्याचे संशोधन होणे फार गरजेचे आहे. त्यायोगे अशा व्यक्तींना आपल्या जीवनशैलीत बदल करून उच्च रक्तदाबाचा विकार जडण्यापासून प्रतिबंधात्मक उपाय करणे सहज शक्य होईल.

३) *ॲस्पिरिन*मुळे (Aspirin) दुसरा किंवा त्यानंतरचे हार्ट ॲटॅक येण्याची किंवा मेंदूतील रक्तस्रावाची शक्यता कमी होते. ॲस्पिरिनच्या सेवनाने उच्च रक्तदाबाच्या रुग्णाला पहिल्या हार्ट ॲटॅकला किंवा

मेंदूतून प्रथमच होणाऱ्या रक्तस्त्रावाला रोखणे शक्य आहे किंवा नाही ह्याबाबत अधिक संशोधनाची गरज आहे.

४) *इकोकार्डिओग्राफी* ही हृदयाची अल्ट्रासाऊंड प्रकारची चाचणी आहे. या चाचणीतून असे निदर्शनास आले आहे की, हृदयाचे स्नायू जाड होणे किंवा हृदयाचे वजन वाढणे या लक्षणांशी संबंधित असा उच्च रक्तदाब हा हृदयाच्या समस्यांची धोक्याची खूण आहे. उच्च रक्तदाबाच्या नियंत्रणासाठी घेतली जाणारी औषधे हृदयातील हे बदल पूर्ववत करतात. हे बदल पूर्ववत झाल्याने उच्च रक्तदाबाशी संबंधित हृदयविकारांची शक्यता कमी होते का, यावर आता संशोधन सुरू आहे.

उच्च रक्तदाबाच्या रुग्णास कुटुंबातील अन्य व्यक्तींनी कशा प्रकारे आधार देणे योग्य असते?

मानसिक ताणतणाव हे उच्च रक्तदाबाच्या प्रमुख कारणांपैकी एक आहेत. कौटुंबिक ताणतणाव टाळून कुटुंबातील अन्य व्यक्तींनी उच्च रक्तदाबाच्या रुग्णास मदत करावी. कुटुंबातील या व्यक्तींचा आधार पुढील काही कारणांसाठीही महत्त्वाचा ठरतो :

१. उच्च रक्तदाबाच्या रुग्णाला जीवनशैलीत जास्त काळासाठी बदल घडवून आणावे लागतात.
२. जीवनशैलीच्या जोडीने रुग्णाला औषधोपचारही जास्त काळ करावे लागतात.
३. रुग्णाने सातत्याने आणि नियमितपणे औषधे घेण्यासाठी कुटुंबीयांचा सक्रिय सहभाग महत्त्वाचा ठरतो.
४. उच्च रक्तदाबाशी संबंधित इतर समस्यांच्या भीतीमुळेही तणावात्मक परिस्थिती निर्माण होऊ शकते.
५. काही लोक उच्च रक्तदाबाशी संबंधित इतर गंभीर समस्यांची चिंता करतात; पण योग्य व नियमित उपचारांमुळे अशा समस्यांची शक्यता कमी होते, हा विचार ते पटकन स्वीकारत नाहीत.

आयुर्वेद

जुनी हस्तलिखिते किंवा आयुर्वेदात उच्च रक्तदाब आणि त्याचे नियंत्रण ह्याविषयी सविस्तर माहिती आढळत नाही. या हस्तलिखितांमध्ये उच्च रक्तदाबाचे वर्णन – ही एक जटिल समस्या आहे आणि त्यामुळे हृदयविकार होतात – असे केले आहे. आयुर्वेदिक उपचार करणाऱ्यांचा असा विश्वास आहे की, पूर्वी उच्च रक्तदाब ही महत्त्वाची आरोग्यसमस्या नव्हती, कारण त्या काळातील जीवनशैलीमुळे फारच कमी ताण येत असे.

उच्च रक्तदाब जडण्याची कारणे कोणती?

आयुर्वेदानुसार हृदय हे जागृतावस्थेतील सर्व जाणिवांचे मूलस्थान आहे. जेव्हा भावनांची परिणती दुःख अथवा शोकात होते, तेव्हा त्याचा हृदयावर प्रत्यक्ष परिणाम होऊन हृदयविकाराला प्रारंभ होतो.

शारीरिक किंवा मानसिक आघातांमुळे शरीरातील त्रिदोषांचे संतुलन बिघडते. या बिघडलेल्या संतुलनामुळे उच्च रक्तदाब संभवतो. आनुवंशिक घटक, आहार आणि त्रिदोषांतील संतुलन बिघडवू शकणारी जीवनशैली, शरीरात झालेला मेदसंचय, ताणतणाव, वृद्धत्व आणि चिंता अशा अनेक कारणांनी हे असंतुलन घडू शकते.

उच्च रक्तदाबाची उपचारपद्धती कोणती?

जीवनशैलीतील बदलांद्वारे उच्च रक्तदाबावर नियंत्रण मिळविण्यावर आयुर्वेदाचा विशेष भर असतो. शरीर-मनाचे सुयोग्य व सुसूत्ररीत्या संतुलन राहण्यासाठी ध्यानधारणा (Meditation) करण्याचा सल्ला आयुर्वेदातून आग्रहाने मिळतो. शरीर-मनाच्या कार्यांत असे योग्य प्रकारचे संतुलन राहिल्यामुळे मन ताणमुक्त होते. मन ताणरहित झाल्याने रक्तदाब झालेल्या व्यक्तीच्या वर्तनात बदल होतो. वर्तणूक आणि वृत्तीतील बदलांमुळे तणावयुक्त प्रसंगांना दिल्या जाणाऱ्या प्रतिकूल प्रतिक्रियांची तीव्रता कमी होते. रागावर नियंत्रण मिळविण्याची क्षमता आणि सर्व प्रकारच्या परिस्थितींमध्ये शांत राहण्याची क्षमता असल्यास उच्च रक्तदाबावर नियंत्रण मिळविता येऊ शकते. योगासने, योगनिद्रा आणि प्राणायाम हे उच्च रक्तदाबावर नियंत्रण ठेवण्यास प्रभावी ठरतात.

नारळ-पाणी, लिंबाचा रस यांसारख्या पेयांच्या सेवनाने, तसेच रुद्राक्ष मणी अंगावर बाळगल्याने पित्तदोष कमी होऊन शरीर व मन तणावमुक्त होते, असे मानले जाते. कमी झालेले पित्त आणि विश्रांत मन ह्यांच्या संयोगाचा रक्तदाबनियंत्रणावर परिणामकारक उपयोग होतो.

आयुर्वेदातही उच्च रक्तदाबावर नियंत्रण मिळविण्याचा एक महत्त्वाचा उपाय म्हणजे मिठाचे सेवन कमी करणे. मीठ-नियंत्रणातील मार्गदर्शक तत्त्वे ॲलोपॅथी विभागात दिलेल्या तत्त्वांप्रमाणेच आहेत.

प्राथमिक उच्च रक्तदाबावर नियंत्रण मिळविण्यासाठी खालील औषधांचा वापर केला जातो.

- गोक्षुरादि चूर्ण आणि गुग्गुळ : ही औषधे गोखरू नावाच्या वनस्पतीपासून तयार केली जातात. ही औषधे शरीरातील पाणी व क्षार बाहेर टाकण्याचे प्रमाण वाढवितात. त्यामुळे रक्ताचे आकारमान कमी होते. यामुळे कार्डिॲक आऊटपुट कमी होतो. गुग्गुळ ह्या औषधामुळे रक्तवाहिन्यांचा लवचीकपणा टिकून राहतो.
- सर्पगंधा : हे औषधही एका विशिष्ट प्रकारच्या वनस्पतीपासून (Rauwolfia Serpentina) बनविले जाते. या औषधामुळे उच्च रक्तदाबावर प्रभावीपणे नियंत्रण मिळविता येते. या औषधामुळे कार्डिॲक आऊटपुट कमी होतो. परंतु अधिक कालावधीकरिता आणि विशेषत: जास्त प्रमाणात हे औषध घेतल्यास त्याचे विपरीत परिणाम दिसून येतात.

संशोधनाअंती असे आढळून आले आहे की, सर्पगंधा, अभल (Abhal) आणि कॉर्नसिल्क (Corn-Silk) ही औषधे संयुक्तपणे दिल्यास प्राथमिक प्रकारचा उच्च रक्तदाब नियंत्रणाखाली येतो आणि ह्या संयोगाने पेरिफेरल रोध तसेच कार्डिॲक आऊटपुट कमी होतो.

हे औषध साधारणपणे युनानी (Unani) औषधप्रणालीत वापरले जाते. युनानी औषधप्रणाली व आयुर्वेदिक औषधप्रणालीत साम्य आढळते.

- पुनर्नवा : ह्या वनस्पतीच्या रसांमुळे शरीरातील पाणी व मीठ बाहेर टाकण्याचे प्रमाण वाढते आणि त्यामुळे कार्डिॲक आऊटपुट कमी होतो.

- अकीक पिष्टी (Akeek Pisti) : या औषधामुळे हृदयाच्या स्नायूंमध्ये सुधारणा होते. त्यामुळे कार्डिॲक आऊटपुट कमी होतो.

दुय्यम प्रकारच्या उच्च रक्तदाबाच्या नियंत्रणासाठी वेगळ्या प्रकारचे औषधोपचार गरजेचे असतात.

?

हे तुम्हाला माहिती आहे काय?

उच्च रक्तदाब असलेल्या व्यक्तींनी योग्य ते उपचार घेतल्यास उच्च रक्तदाबामुळे होणारा **त्रास सहन करणे आवश्यक नसते.**

औषधे किती कालावधीपर्यंत घ्यावीत?

आयुर्वेदानुसार लवकर लक्षात आलेला व सौम्य स्वरूपाचा उच्च रक्तदाब आपल्या जीवनशैलीत बदल करून प्रभावीपणे नियंत्रित करता येतो. काही लोकांना काही आठवडे किंवा काही महिने औषध घ्यावे लागू शकते. तीव्र स्वरूपाचा उच्च रक्तदाबाचा त्रास सुरू झाल्यावर – विशेषतः हृदय, मूत्रपिंडे, डोळे या अवयवांच्या कार्यात बिघाड झालेल्या रुग्णांना ही औषधे आयुष्यभर घेणे आवश्यक असते.

होमिओपॅथी

उच्च रक्तदाबाची व्याख्या, त्यापासून निर्माण होणारे धोके व गुंतागुंतीच्या समस्या यांचे होमिओपॅथीने केलेले वर्णन ॲलोपॅथीप्रमाणेच आहे. व्यक्तिगत संदर्भातून केलेला विचार, हा या दोन्ही अभ्यासपद्धतींमधील फरकाला कारणीभूत आहे. इतर अनेक विकारांवरील औषधांप्रमाणेच उच्च रक्तदाबावरील होमिओपॅथीची औषधे व्यक्तिगणिक बदलत जातात. होमिओपॅथी डॉक्टर रक्तदाबप्रवण (रक्तदाबाला बळी पडू शकणाऱ्या) व्यक्तींना ओळखण्याचा प्रयत्न करतात. ताणतणाव हे उच्च रक्तदाबाचे महत्त्वाचे कारण समजले जाते. अनेक लोक भावनिक व शारीरिक तणावाखाली असतात. यांपैकी काही लोकांचा रक्तदाब सामान्यतः योग्य असतो, काहींना अस्थिर स्वरूपाचा रक्तदाब असतो, तर काहींना गंभीर स्वरूपाचा रक्तदाब असतो. उच्च रक्तदाबाकडे नेऊ शकणाऱ्या काही स्वभाववैशिष्ट्यांना होमिओपॅथीने वेगळे केले आहे. आक्रमकपणा, अंतर्मुखता किंवा चिडचिडेपणा, अनियमित किंवा बैठी जीवनशैली, लठ्ठपणा, चिंता अशा प्रकारची ही काही लक्षणे होय. याशिवाय काही दीर्घ आजार, मूत्रपिंडाला आलेली सूज, मूतखड्यांमुळे मूत्रपिंडाला

झालेली इजा, मधुमेह किंवा मूत्रपिंडाभोवती झालेले विशिष्ट प्रकारचे ट्युमर्स या सर्व घटकांमुळे उच्च रक्तदाबाचा विकार जडतो.

शरीराकडे नैसर्गिकरीत्या रोगप्रतिबंधक आणि रोगांना बरे करण्याची क्षमता असते. होमिओपॅथिक औषधांनी या क्षमतेला आधार मिळतो. माणसातील वर्तनाची लक्षणे ओळखणे आणि त्या वर्तनलक्षणांनुसार औषध देणे या गोष्टींचा समावेश होमिओपॅथीच्या उपचारांत होतो. शरीरावर नियंत्रण ठेवण्याच्या मनाच्या क्षमतेवर या औषधांमुळे परिणाम होतो. शरीरातील कार्यांचे दोष ओळखून त्यानुसार शरीरातील पेशी व अवयव यांची झीज होऊ नये, याची काळजी ही औषधे घेतात. जेव्हा शरीरात रचनात्मक बदल होतो, तेव्हा रोगनिदान केले जाते.

उच्च रक्तदाबाची सुरुवातीची लक्षणे कोणती?

- चिडचिडेपणात झालेली वाढ आणि पटकन संतापण्याची, आक्रमक होण्याची वृत्ती.
- तणावाखाली काम करणाऱ्या व सतत अत्यंत कार्यमग्न राहणाऱ्या व्यक्ती.
- झोपेची कमतरता.
- राग आल्यास किंवा ताण निर्माण झाल्यास होणारी डोकेदुखी/ठणका.
- चक्कर येणे.
- दमणूक झाल्यावर चेहरा लाल होणे.
- मीठ अधिक प्रमाणात खाण्याची इच्छा होणे.
- लठ्ठपणा.
- अचानकपणे मानसिक किंवा भावनिक धक्का बसणे.

चौकट क्र ६. तुम्ही व तुमचे डॉक्टर

● तुमच्या उच्च रक्तदाबासाठी कोणत्या प्रकारची औषधे निवडावीत, हे तुमचे डॉक्टरच योग्य प्रकारे ठरवू शकतात.

● तुमच्या विशिष्ट गरजा पूर्ण करण्याकरिता डॉक्टरांना एखादे औषध बदलावे लागते किंवा निरनिराळ्या औषधांचा संयुक्तपणे वापर करावा लागतो.

● उपचार सुरू असताना किंवा उपचारांत बदल करावे लागल्यास तुम्ही डॉक्टरांना सहकार्य करणे तुमच्या दृष्टीने अत्यंत महत्त्वाचे ठरते.

उच्च रक्तदाबाचे टप्पे (stages) कोणते?

होमिओपॅथीमध्ये उच्च रक्तदाबाचे तीन टप्पे किंवा प्रकार मानले जातात. ह्या टप्प्यांचे किंवा प्रकारांचे वर्गीकरण शरीराच्या रोगांबाबतच्या संवेदनशीलतेनुसार केले जाते. ही संवेदनशीलता जी रोग बरा होण्यापूर्वीच्या अवस्थेत प्रतिबिंबित होते आणि ज्यामुळे दीर्घ मुदतीचा आजार होऊ शकतो त्याला 'मायझम' असे म्हणतात.

१) ***सोरा मायझममुळे (Psora Miasm) निर्माण होणारा उच्च रक्तदाब*** : शरीरातील पेशीसमूहांचे आणि अवयवांचे कार्य कमी प्रमाणात झाल्यामुळे सोरा मायझम ही परिस्थिती निर्माण होते. या उच्च रक्तदाबाचे कारण शारीरिक व मानसिक तणाव हेच असते. उत्तेजित अवस्था, राग येणे, चिंता, दीर्घ काळ असलेला ताणतणाव ही ताण निर्माण होण्याची प्रमुख कारणे होत.

२) ***सायकॉसिस मायझममुळे (Sycosis Miasm) निर्माण होणारा उच्च रक्तदाब*** : शरीरातील पेशीसमूहांचे आणि अवयवांचे कार्य जास्त प्रमाणात होऊ लागल्यामुळे सायकॉसिस मायझम ही परिस्थिती निर्माण होते. या प्रकारच्या उच्च रक्तदाबाची सामान्य कारणे म्हणजे शरीराच्या अवयवांत निर्माण झालेल्या विकृतीमुळे (abnormality) किंवा रोगांमुळे चयापचयांच्या क्रियेत होणारे बदल

होत. उदाहरणार्थ मधुमेह, मूत्रपिंडांचे काही आजार, रक्तवाहिन्यांच्या भिंती जाड होणे आणि कुटुंबनियोजनाच्या गोळ्यांचा वापर या सर्वांची परिणती सायकॉसिस मायझममुळे होणाऱ्या उच्च रक्तदाबात होते.

३) ***सिफिलिटिक मायझममुळे (Syphilitic Miasm) निर्माण होणारा उच्च रक्तदाब*** : शरीरातील पेशीसमूहांच्या आणि अवयवांच्या कार्यात बदल झाल्याने किंवा या कार्यात विकृती (abnormality) निर्माण झाल्याने सिफिलिटिक मायझम ही परिस्थिती निर्माण होते. या परिस्थितीत हृदय, मूत्रपिंड, डोळे, मेंदू यांसारख्या महत्त्वाच्या अवयवांना मोठ्या प्रमाणात हानी पोहोचते.

उच्च रक्तदाबाची उपचारपद्धती कोणती आहे?

उच्च रक्तदाबावरील होमिओपॅथिक औषधांचे ध्येय हे फक्त रुग्णाचा रक्तदाब कमी करणे, एवढ्यापुरतेच मर्यादित नसून रोगाची प्रक्रियाच नष्ट करणे, हे असते. होमिओपॅथिक डॉक्टर तुम्हाला अनेक प्रकारचे प्रश्न विचारतात. त्यांपैकी काही प्रश्न तुमच्या आरोग्यसमस्येशी संबंधित नाहीत, असेही तुम्हाला वाटू शकते; परंतु डॉक्टरांना तुमच्या सर्व लक्षणांचा सखोल अभ्यास करणे आवश्यक असते. त्याद्वारे डॉक्टर तुमच्या आरोग्यसमस्यांची तीव्रता पडताळून पाहू शकतात व रोग कोणत्या टप्प्यावर आहे, हे ठरवू शकतात. सर्वसाधारणतः शरीरातील पेशीसमूहातील आणि अवयवातील झालेल्या बदलांनुसार डॉक्टर तुमच्या उच्च रक्तदाबाचे कुठल्याही एका गटात वर्गीकरण करतात.

- ***कार्यातील बदल*** : ह्या गटामध्ये रक्तवाहिन्यांची रचना किंवा इतर अवयवांना इजा पोहोचलेली नसते; पण पेशीसमूह आणि अवयव ह्यांच्यातील प्राथमिक बदल प्रयोगशाळेतील तपासण्यांमध्ये आढळून येत नाहीत. या टप्प्यावर उच्च रक्तदाबाची विशिष्ट चिन्हेही नसू शकतात. या टप्प्यावर चार ते सहा आठवड्यांकरता होमिओपॅथीची औषधे घ्यावी लागतात.

चौकट क्र ७. उच्च रक्तदाबाविषयी सर्वसामान्य गैरसमजुती

● **उच्च रक्तदाबाला सामान्यतः 'रक्तदाब' म्हणतात.** प्रत्येक व्यक्तीस रक्तदाब असतोच. हा रक्तदाब रक्ताचा प्रवाह सुरळीतपणे वाहण्यासाठी आवश्यक असतो. सामान्य रक्तदाबापेक्षा अधिक रक्तदाबास 'उच्च रक्तदाब' म्हणतात.

● **दोन डॉक्टरांनी एकाच दिवशी मोजलेल्या रक्तदाबाचे मोजमाप वेगवेगळे आल्यास दोघांपैकी एका डॉक्टरांचे रक्तदाब मोजण्याचे यंत्र अचूक नाही, असा त्याचा अर्थ होतो.** हे विधान दर वेळेस सत्य असेलच, असे नाही. रक्तदाब दिवसभरात बऱ्याच वेळा बदलत असतो.

● **धूम्रपान करणे व कॉफी पिणे ही उच्च रक्तदाबाची कारणे आहेत.** ह्या गोष्टीचा विचार नियोजनपूर्ण केलेल्या ॲलोपॅथीच्या अनेक अभ्यासांत केलेला आढळत नाही. धूम्रपान आणि दिवसातून दोन/तीन कप कॉफी प्यायल्याने तात्पुरत्या स्वरूपात रक्तदाब वाढतो, परंतु त्यामुळे सातत्याने राहणारा उच्च रक्तदाब होत नाही.

● **श्रम केल्याने ताण निर्माण होऊन उच्च रक्तदाबाचा विकार जडतो.** हे नेहमीच खरे असते, असे नाही. शांत चित्ताने, घाईगडबड न करता, काम संपवण्याचा तणाव नसताना, भावनिक तोल ढळू न देता केलेले काम तणाव वाढवणारे नसते. त्यामुळे अशा कामाने उच्च रक्तदाब संभवत नाही.

● ***रचनेत होणारा व सुरळीत करता येण्याजोगा बदल*** : या गटातील रुग्णांच्या शरीरातील रक्तवाहिन्या आणि ॲड्रिनल ग्रंथी, मूत्रपिंडे, हृदय यांसारख्या अवयवांच्या रचनेत प्राथमिक बदल होण्यास सुरुवात झालेली असते. डोकेदुखी, चक्कर येणे, अस्वस्थपणा, थकवा याविषयी रुग्ण तक्रारी करतात. या तक्रारी रक्तदाबामुळे असू शकतात. यासाठी दोन ते तीन महिने सातत्याने औषध घेण्याची गरज असते. काही रुग्णांना अधिक कालावधीपर्यंत औषध घ्यावे लागू शकते. होमिओपॅथी डॉक्टरांचा विश्वास असतो की, या टप्प्यातील रुग्ण औषधांच्या मदतीने बरे होऊ शकतात.

● ***रचनेत होणारा व सुरळीत न करता येण्याजोगा बदल*** : या गटातील रुग्णांच्या शरीरातील रक्तवाहिन्या, हृदय, मूत्रपिंडे, डोळे, मेंदू यांसारख्या अवयवांच्या रचनेत कायमस्वरूपी बदल झालेला आढळू शकतो. ह्या टप्प्यावरील रोग बरा करता येऊ शकत नाही. त्यामुळे यातून निर्माण होणाऱ्या गुंतागुंतीच्या समस्या, पेशीसमूहाच्या कार्यातील बिघाड आणि शरीरातील अवयवांचे होणारे नुकसान टाळण्यासाठी औषधे दिली जातात.

उच्च रक्तदाबावरील होमिओपॅथिक औषधे मेंदूद्वारे कार्य करतात आणि कार्डिॲक आऊटपुट किंवा पेरिफेरल रोध किंवा दोन्ही कमी करतात. औषधोपचार सुरू केल्यानंतर दर दोन आठवड्यांनी पेशीसमूहांचे व अवयवांचे परीक्षण केले जाते. त्यामुळे औषध किंवा औषधाचा

डोस दोन आठवड्यांनंतर बदलावा लागू शकतो. बऱ्याच लोकांना औषधाच्या पहिल्या काही डोसेसनंतर बरे वाटायला लागू शकते, मात्र रोग संपूर्णपणे बरा होण्यास वेळ लागतो आणि त्यामुळे दीर्घ कालावधीपर्यंत औषधोपचार सुरू ठेवणे आवश्यक असते. होमिओपॅथी औषधांमुळे सौम्य स्वरूपाचे व तात्पुरते असे अतिरिक्त परिणाम (Side effects) दिसून येऊ शकतात. इतर औषधांप्रमाणेच होमिओपॅथिक औषधे घेणे अचानकपणे बंद करू नये. याचा विपरीत परिणाम होऊ शकतो.

होमिओपॅथीने सुचवलेले जीवनशैलीतील बदल हे ॲलोपॅथीतील जीवनशैलीबदलांसारखेच असतात.

निसर्गोपचार

नैसर्गिक तत्त्वाचा योग्य वापर करून रोगाचे मूळ कारण नष्ट करणे, हे निसर्गोपचाराचे उद्दिष्ट असते. ही फक्त उपचारपद्धती नसून जीवनशैली आहे.

निसर्गोपचार-तज्ज्ञांच्या मते उच्च रक्तदाब दर्शविणाऱ्या प्राथमिक लक्षणांकडे दुर्लक्ष केले जाऊ नये. ह्या लक्षणांमध्ये चक्कर येणे, हृदयाच्या भागात वेदना, वारंवार मूत्रत्याग करावा लागणे, थकवा, चिडचिडेपणा, भावनिकदृष्ट्या नैराश्य वाटणे व काही वेळेस झोप कमी लागणे, भूक मंदावणे यांचा समावेश होतो.

उच्च रक्तदाबावरील उपचारपद्धती कोणती?

जलोपचार, मृत्तिकोपचार, आहार-उपचार आणि तणावमुक्तता या उपचारपद्धतींचा अवलंब उच्च रक्तदाबाच्या नियंत्रणासाठी निसर्गोपचारामध्ये केला जातो.

● ***जलोपचारपद्धती*** (Hydrotherapy) : या उपचारपद्धतीमुळे त्वचेतील रक्ताभिसरण सुधारते. त्याचबरोबर रोहिण्यांच्या छोट्या शाखा आणि केशनलिका यांचा लवचीकपणा पूर्ववत होतो. जलोपचारात खालील प्रकारच्या उपचारांचा समावेश होतो.

◆ ***शरीराभोवती ओले कपडे गुंडाळणे*** (Full wet sheet pack) : या प्रकारच्या उपचारपद्धतीत शरीराभोवती क्रमाक्रमाने ओले कापड, कोरडे कापड व एक ब्लॅंकेट असे एका तासाकरिता गुंडाळून ठेवले जाते. या पद्धतीमुळे पेरिफेरल रोध कमी होतो.

◆ ***मज्जारज्जूला थंड पाण्याने स्नान*** (Cold Spinal Bath) : या प्रकारात एका विशिष्ट व मोठ्या टबमध्ये वीस ते तीस मिनिटे पडून राहण्यास सांगितले जाते. ह्या टबमध्ये थंड पाणी असते. फक्त पाठीचा कणा पाण्याच्या संपर्कात वीस ते तीस मिनिटांकरिता राहील, याची काळजी घेतली जाते. यामुळे व्हॅसोमोटर केंद्राचे कार्य कमी होते आणि पेरिफेरल रोध कमी होतो. या प्रकारच्या उपचारामुळे मनाचेही

शिथिलीकरण होते.

◆ समशीतोष्ण अर्धस्नान (Natural half bath) : या प्रकारात एका विशिष्ट टबामध्ये रुग्णास बसावयास सांगून त्यात कमरेपर्यंत कोमट पाणी भरले जाते. अशा प्रकारे वीस मिनिटे पाण्यात बसावयाचे असते. यामुळे पायाच्या रक्तवाहिन्या तणावमुक्त होतात. त्यामुळे रक्तदाब कमी होतो. या संपूर्ण कालावधीत डोके थंड पाण्यात भिजवलेल्या कपड्याने गुंडाळून घ्यावयाचे असते.

◆ छातीभोवती ओले कापड गुंडाळणे (Chest pack) : छातीभोवती क्रमाने ओले कापड, कोरडे कापड व एक ब्लॅंकेट असे गुंडाळून एक तास तसेच ठेवल्यास कार्डिॲक आऊटपुट कमी होतो.

◆ बर्फाचा मसाज (Ice massage) : डोक्यावरून, तसेच पाठीच्या कण्यावरून सहा ते सात मिनिटांकरिता बर्फाचे खडे फिरविल्यास व्हॅसोमोटर केंद्राच्या कार्यास रोध निर्माण होऊन कार्य कमी होते व पेरिफेरल रोध कमी होतो.

◆ थंड कटिस्नान (Cold hip bath) : एका विशिष्ट टबमध्ये रुग्णास बसवून रुग्णाच्या कंबरेपर्यंत थंडगार पाणी ओतले जाते. अशा प्रकारे जवळजवळ पंधरा ते वीस मिनिटे बसावयाचे असते. थोड्या-थोड्या वेळाने रुग्णास आपले पोट एका मऊ कापडाने चोळण्यास सांगतात. या स्नानानंतर रुग्णाच्या प्रकृतिमानानुसार थोडा वेळ भरभर चालण्याचा किंवा बिछान्यात पंधरा ते वीस मिनिटे ब्लॅंकेट

पांघरून शांतपणे पडून राहण्याचा सल्ला दिला जातो. यामुळे पचनसंस्थेतील 'विषारी द्रव्ये' शरीराबाहेर टाकली जातात. उच्च रक्तदाबावर नियंत्रण मिळविण्यासाठी याचा अप्रत्यक्ष फायदा होतो. पाण्यात बसण्याऐवजी थंडगार पाण्यात बुडविलेला टॉवेल गुंडाळल्यासही फायदा होतो.

● मृत्तिका स्नान (Mud bath) : या उपचारपद्धतीत शरीरावर मातीचा लेप लावून साधारण वाळेपर्यंत किंवा एका तासापर्यंत हा लेप शरीरावर ठेवला जातो. एका तासानंतर तुम्हाला थंड पाण्याने स्नान करण्यास सांगितले जाते. यामुळे रक्तवाहिन्या तणावमुक्त होतात आणि पेरिफेरल रोध कमी होतो.

● आहारातील बदल : निसर्गोपचारात उच्च रक्तदाबावर नियंत्रण ठेवण्यासाठी आहारातील बदल महत्त्वाचे असतात. आहारातील मिठाचा वापर कमी करणे फार महत्त्वाचे असते. शहाळ्याचे पाणी, ताक, धण्याचा अर्क, बार्ली वॉटर इत्यादींमुळे शरीरातील मीठ बाहेर टाकण्याचे प्रमाण वाढते. त्यामुळे उच्च रक्तदाबाच्या नियंत्रणासाठी अशी पेये फार महत्त्वाची असतात. दिवसातून आठ ते दहा ग्लास पाणी प्यायल्यामुळेही शरीरातील मीठ निघून जाते. उच्च रक्तदाबावर नियंत्रण मिळविण्यासाठी आहारातील खालील प्रकारचा बदल निसर्गोपचाराने सुचविलेला आहे.

● ताजी फळे : पारंपरिक आहाराऐवजी ताजी फळे व भाज्यांचा

समावेश आहारात केला जातो. त्यामुळे शरीरातील विषारी द्रव्ये बाहेर टाकली जाऊन रक्तदाब कमी होतो.

निसर्गोपचारतज्ज्ञ साधारणपणे एका आठवड्यापर्यंत संपूर्णपणे ताजी फळे व भाज्यांचाच आहारात समावेश करण्याचा सल्ला देतात. दिवसातून तीन वेळा पाच तासांच्या अंतराने फलाहार करण्याचा सल्ला दिला जातो. सफरचंदे, संत्री, आंबे, पेरू, अननस, कलिंगड ही फळे ह्या आहारासाठी सर्वोत्तम मानली जातात. केळी आणि फणस ही फळे टाळण्याचा सल्ला दिला जातो.

साधारण एक आठवडा असा फलाहार केल्यानंतर ताजे दूध सुरू करण्याचा सल्ला दिला जातो. दूध एकदाच उकळलेले असावे, असा सल्ला दिला जातो. यानंतर दोन आठवड्यांनी तांदूळ, गहू यांसारख्या धान्यांचा आहारात समावेश केला जातो.

● भाज्या : काकडी, टोमॅटो, गाजर, कांदा, मुळा, कोबी आणि पालक यांसारख्या कच्च्या भाज्या रक्तदाब कमी करण्यास मदत करतात. ह्या भाज्यांचे छोटे-छोटे तुकडे करून त्यावर चिमूटभर मीठ व एका लिंबाचा रस पिळून खावे. लसूण खाल्ल्यामुळे रोहिण्यांच्या छोट्या-छोट्या शाखांचे शिथिलीकरण होऊन पेरिफेरल रोध कमी होतो. त्यामुळे उच्च रक्तदाब कमी होतो. लसणामुळे कार्डिॲक आऊटपुटही कमी होत असावा. लसणाच्या दोन-तीन पाकळ्या रोज खाल्ल्यास उच्च रक्तदाब कमी होतो.

उच्च रक्तदाबाच्या रुग्णांसाठी आवळा खाण्याचा सल्ला आवर्जून दिला जातो. आवळ्याचा रस व मध एक-एक चमचा मिसळून रोज सकाळी घेतल्यास खूप फायदेशीर ठरते. उच्च रक्तदाबाच्या नियंत्रणासाठी लिंबाचा रसही खूप परिणामकारक ठरतो, असे मानतात.

कलिंगडामुळे, विशेषत: त्याच्या बियांमुळे रोहिण्यांच्या छोट्या शाखा तणावमुक्त होतात आणि पेरिफेरल रोध कमी होतो.

पोटॅशियम व कॅल्शियम अधिक प्रमाणात असलेल्या आहारामुळे शरीरातील सोडियम अधिक प्रमाणात बाहेर टाकले जाते. त्यामुळे रक्ताचे आकारमान कमी होत जाते. परिणामी, कार्डिॲक आऊटपुट कमी होतो. फळे व भाज्या यांमध्ये पोटॅशियमचे प्रमाण खूप अधिक असते. दूध व दुग्धजन्य पदार्थांत कॅल्शियमचे प्रमाण अधिक असते.

● व्यायाम : चालणे हा उच्च रक्तदाबाच्या रुग्णांसाठी सर्वोत्तम व्यायाम मानला जातो. व्यायामामुळे भावनिक ताण कमी होतो. स्नायूंना चालना मिळते. त्यामुळे रक्ताभिसरणात सुधारणा होते. रक्तदाब सामान्य झाल्यानंतर सायकल चालविणे, पोहणे, जागच्या जागी पळणे यांसारखे व्यायाम सुरू करण्याचा सल्ला दिला जातो.

● योगोपचार : योगासने, दीर्घ श्वसन, ध्यानधारणा या सर्वांचा नियमित सराव केल्याने ताण कमी होऊन रक्तदाब कमी होण्यास मदत होते. तीव्र स्वरूपाचा उच्च रक्तदाब असल्यास काही विशिष्ट योगासने टाळण्याचा सल्ला दिला जातो.

● विश्रांती : उच्च रक्तदाबाच्या रुग्णांनी रोज रात्री साधारण आठ तास शांत झोपे घेणे फार महत्त्वाचे असते. विश्रांतीमुळे शरीर व मन तणावमुक्त होते. कमी ताणतणाव असलेल्या दिनचर्येमुळे रक्तदाब सामान्य राहण्यास मदत होते.

उच्च रक्तदाबावरील नैसर्गिक उपचार

- जलोपचार
- मज्जारज्जूंना थंड पाण्याने स्नान
- छातीभोवती ओले कापड गुंडाळणे
- बर्फाचा मसाज
- थंड कटिस्नान
- मृत्तिका स्नान
- आहारबदलातून उपचार
- ताजी फळे
- भाज्या
- व्यायाम
- योगोपचार
- विश्रांती

आरोग्यदायी सल्ला

उच्च रक्तदाबाच्या रुग्णांनी
धूम्रपान केल्यास
हार्ट अ‍ॅटॅकचा धोका
खूप मोठ्या प्रमाणात वाढतो.
त्यामुळे तुम्हाला धूम्रपानाची सवय
पूर्णपणे सोडून देण्याचा
सल्ला दिला जातो.

व्याख्या

प्रमुख रोहिणी (Aorta) : हृदयापासून उगम पावणारी शरीरातील सर्वांत मोठी रोहिणी म्हणजे 'महारोहिणी' होय.

रोहिणी (Artery) : हृदयाकडून विविध अवयवांना रक्ताचा पुरवठा करणाऱ्या रक्तवाहिन्यांना 'रोहिणी' असे म्हणतात.

रोहिणीच्या छोट्या शाखा (Arterioles) : ह्या रोहिणीच्या सर्वांत छोट्या-छोट्या शाखा असतात. ह्यांच्यामुळे पेरिफेरल रोध निश्चित केला जातो.

केशवाहिन्या (Capillaries) : रक्तवाहिनीच्या सर्वांत अखेरच्या व सर्वांत बारीक वाहिनीस 'केशवाहिनी' म्हणतात. यांद्वारे शरीरातील अवयवांना प्राणवायू व पोषक द्रव्यांचा पुरवठा केला जातो.

कार्डिॲक आऊटपुट (Cardiac Output) : एका मिनिटात हृदयातून किती रक्त बाहेर (रोहिणीमध्ये) फेकले जाते, याचे मोजमाप म्हणजे 'कार्डिॲक आऊटपुट' होय. साधारणतः एका मिनिटात पाच लिटर इतके रक्त हृदयातून फेकले जाते.

कॅरॉटिड आर्टरी (Carotid Artery) : ही रक्ताभिसरण संस्थेतील एक रोहिणी असून या रोहिणीद्वारे मान, मेंदू, डोके या अवयवांना रक्त पुरविले जाते.

कोलेस्टेरॉल (Cholesterol) : हा आपल्या शरीरातील एक प्रकारचा स्निग्ध पदार्थ असून त्याचे रक्तातील प्रमाण मोजता येते. कोलेस्टेरॉलचे रक्तातील प्रमाण जास्त असणे, हे हार्ट अ‍ॅटॅक येण्याचे एक प्रमुख कारण आहे.

अंतःस्रावी ग्रंथी (Endocrine glands) : ह्या ग्रंथी संप्रेरके (hormons) स्रवतात व ही संप्रेरके थेट रक्तात मिसळतात.

आनुवंशिक घटक (Heriditary factors) : एका पिढीकडून दुसऱ्या पिढीकडे किंवा पुढील पिढीकडे जे घटक संक्रमित होतात, त्यांना 'आनुवंशिक घटक' असे म्हणतात.

संप्रेरके (hormons) : विशिष्ट अवयवांकडून ही रासायनिक द्रव्ये निर्माण केली जातात. त्यांचा शरीरातील इतर अवयवांवर परिणाम होतो.

लठ्ठपणा (obesity) : एखाद्या व्यक्तीचे वय, उंची आणि लिंग या सर्वांच्या अनुषंगाने जे वजन योग्य अथवा सामान्य मानले जाते, त्या वजनापेक्षा २० टक्के वजन अधिक असल्यास ती व्यक्ती लठ्ठ आहे, असे मानले जाते.

पेरिफेरल रोध (Periferal Resistance) : रोहिण्यांमधील रक्तप्रवाहाला जो अडथळा निर्माण होतो, त्याला 'पेरिफेरल अवरोध' म्हणतात. तो प्रामुख्याने केशवाहिन्यांमध्ये असतो.

पित्त : पित्त म्हणजे शरीरातील उष्णता आणि ऊर्जा होय. हे पित्त पचनाच्या क्रियेसाठी फार महत्त्वाचे असते. त्याचप्रमाणे यामुळे

शरीरातील सर्व रासायनिक आणि चयापचयविषयक बदल घडून येतात.

स्ट्रोक किंवा मेंदूतील रक्तस्राव (stroke) : मेंदूतील रक्तवाहिनी अचानक फुटणे किंवा त्या रक्तवाहिनीत अडथळा निर्माण होण्याच्या परिस्थितीला 'स्ट्रोक' किंवा 'मेंदूतील रक्तस्राव' असे म्हणतात. यामुळे पक्षाघाताचा झटका अचानकपणे येऊ शकतो किंवा काही प्रमाणात शुद्ध हरपणे, संपूर्ण बेशुद्धावस्था येऊ शकते.

व्हॅसोमोटर केंद्र (Vasomoter centre) : मेंदूतील मज्जापेशींच्या (never cells) एका विशिष्ट समूहास 'व्हॅसोमोटर केंद्र' असे म्हणतात. हे केंद्र रक्तदाब सामान्य ठेवण्यास मदत करते.

नीला (Veins) : हा रक्तवाहिनीचा एक महत्त्वाचा प्रकार असून या प्रकारच्या रक्तवाहिन्या शरीरातील विविध अवयवांकडून रक्त गोळा करून हृदयापर्यंत वाहून नेतात.

संदर्भसूची

१. ॲलोपॅथी

१. ब्रॉनवॉल्ड ई. (एड.) हार्ट डिसीज : ए टेक्स्ट बुक ऑफ कार्डिओव्हॅस्क्युलर मेडिसिन. १९९२.

२. कोलिन्स आर.एट अल. लॅन्सेट १९९०; ३३५: ८२७-८३८

३. लारा जे. एच. आणि ब्रेनर बी एम. (एड.) हायपरटेन्शन-पॅथोफिजिऑलॉजी, डायग्नॉसिस ॲन्ड मॅनेजमेंट १९९५

४. मॅकमोहन एस. एट अल. लॅन्सेट १९९०; ३३५: ७६५-७७४

५. पडली आय.बी. एट अल. हायपरटेन्शन, १९९२; २०: ५३३-५४१

६. स्टॅमलर आर. एट अल जेएएमए १९८९; २६२: १८०१-१८०७

७. स्टॅमलर जे. एट अल. अर्काइव्ह्ज ऑफ इंटर्नल मेडिसिन, १९९३; १५३: ५९८-६१५

८. स्वोडस जे. डी. (एड.) टेक्स्ट बुक ऑफ हायपरटेन्शन, १९९४

९. ट्रायल्स ऑफ हायपरटेन्शन प्रिव्हेन्शन कोलॅबोरेटिव्ह रिसर्च ग्रुप. *जे.ए.एम.ए.* १९९२; २६७: १२१३-१२२०

१०. व्हेल्टन पी. के. लॅन्सेट, १९९४; ३४४: १०१-१०६

११. वर्ल्ड हेल्थ ऑर्गनायझेशन टेक्निकल रिपोर्ट सीरीज, हायपरटेन्शन कन्ट्रोल, ८६२, १९९६.

२. आयुर्वेद

१. शर्मा वैद श्री. गोवर्धन शर्मा, अष्टांगहृदय, १९९१; १३, १७९, १८८-१८९.
२. शर्मा पी. व्ही, 'चरक सूत्रस्थान', १९८१; ३०/२६
३. शर्मा पी. व्ही, 'द्रव्यगुण विज्ञान' व्हॉल्यूम २, १९७८; २१९, ३६, ६३०.

३. होमिओपॅथी

१. ॲलन हेन्री जे., द क्रॉनिक मायझम्स व्हॉल्यूम-१
२. बोरिक विल्यम्स, होमिओपॅथिक मटेरिया मेडिका.
३. हानिमान सॅम्युएल, ऑरगॅनन ऑफ मेडिसिन.
४. कांजीलाल जे. एन., रायटिंग्ज ऑन होमिओपॅथी.
५. केन्ट जे. टी., लेक्चर्स ऑन होमिओपॅथिक फिलॉसॉफी.
६. मजुमदार के. पी., लेक्चर्स ऑन होमिओपॅथिक थेरॅप्यूटिक्स.
७. ऑर्टेगा सॅन्चेझ प्रोकॉस्को, नोट्स ऑन मायझम्स.

All rights reserved along with e-books & layout. No part of this publication may be reproduced, stored in a retrieval system or transmitted, in any form or by any means, without the prior written consent of the Publisher and the licence holder. Please contact us at
Mehta Publishing House, 1941, Madiwale Colony, Sadashiv Peth, Pune 411030.

✆ +91 020-24476924 / 24460313

Email : info@mehtapublishinghouse.com
production@mehtapublishinghouse.com
sales@mehtapublishinghouse.com

Website : www.mehtapublishinghouse.com

◆ *या पुस्तकातील लेखकाची मते, घटना, वर्णने ही त्या लेखकाची असून त्याच्याशी प्रकाशक सहमत असतीलच असे नाही.*

www.ingramcontent.com/pod-product-compliance
Lightning Source LLC
LaVergne TN
LVHW010555070526
838199LV00063BA/4976
9788184981490